RỘNG MỞ
TÂM HỒN

RỘNG MỞ TÂM HỒN

NGUYỄN MINH TIẾN - NGỌC CẨM
Việt dịch và chú giải

Bản quyền thuộc về dịch giả và Nhà xuất bản Liên Phật Hội (United Buddhist Publisher).

Copyright © 2019 by United Buddhist Publisher
ISBN-13: 978-1-0922-2209-9
ISBN-10: 1-0922-2209-X

© All rights reserved. No part of this book may be reproduced by any means without prior written permission from the publisher.

ĐỨC ĐẠT-LAI LẠT-MA XIV

NGUYỄN MINH TIẾN - NGỌC CẨM
Việt dịch và chú giải

RỘNG MỞ TÂM HỒN

THỰC TẬP TỪ BI
TRONG CUỘC SỐNG HẰNG NGÀY

NGUYÊN TÁC
AN OPEN HEART
PRACTICING COMPASSION IN EVERYDAY LIFE

NHÀ XUẤT BẢN LIÊN PHẬT HỘI
UNITED BUDDHIST PUBLISHER - UBP

LỜI NÓI ĐẦU

Trong đạo Phật, lòng bi mẫn được định nghĩa như là tâm nguyện cứu giúp tất cả chúng sinh thoát khỏi khổ đau.[1] Thật không may là chúng ta không thể diệt trừ hết khổ đau trong thế giới này. Chúng ta không thể riêng một mình làm điều đó, và không có bất kỳ phép lạ thần kỳ nào để tự nhiên chuyển hóa phiền não khổ đau thành hạnh phúc an lạc. Dù vậy, chúng ta có thể phát triển tâm thức của chính mình bằng giới hạnh và qua đó giúp đỡ những người khác cũng làm giống như ta.

Vào tháng 8 năm 1999, hai tổ chức The Tibet Center và The Gere Foundation đã thỉnh cầu đức Đạt-lai Lạt-ma ban cho một loạt các bài giảng pháp tại New York City. Tập sách này được viết ra từ các bài giảng đó. Trong những trang sách sau đây, đức Đạt-lai Lạt-ma sẽ chỉ bày cho chúng ta cách thức để rộng mở trái tim mình và phát triển một lòng bi mẫn chân thật, lâu bền đối với tất cả chúng sinh.

Trọn cuộc đời của đức Đạt-lai Lạt-ma là minh chứng cho sức mạnh của một tâm hồn rộng mở. Sự tu tập tâm linh của ngài được bắt đầu từ lúc ngài còn là một cậu bé. Vào năm hai tuổi, khi được công nhận là hóa thân của đức Đạt-lai Lạt-ma thứ 13, ngài đã phải rời gia đình ở miền đông bắc Tây Tạng để được đưa về thủ đô Lhasa. Ngài đảm nhiệm vai trò lãnh đạo chính quyền Tây Tạng vào năm 16 tuổi và bị đẩy vào hoàn cảnh mà niềm tin của ngài vào khuynh hướng bất bạo động và sự khoan dung tha thứ đã phải chịu sự thử thách

---

[1] Định nghĩa này được ghi trong các Kinh điển Hán tạng là: "Từ năng dữ lạc, bi năng bạt khổ." (Lòng từ thường mang đến niềm vui; lòng bi thường cứu thoát mọi đau khổ.)

lên đến cực độ, khi quân đội cộng sản Trung Quốc thô bạo xâm lược đất nước của ngài. Ngài đã nỗ lực hết sức để bảo vệ người dân Tây Tạng và ngăn giữ quân thù, nhưng đồng thời vẫn tiếp tục việc tu học và hành trì theo con đường giải thoát của đức Phật.

Năm 1959, khi các lực lượng quân đội cộng sản Trung Quốc chuẩn bị dội bom xuống cung điện mùa hè của ngài, vị Đạt-lai Lạt-ma vừa được 25 tuổi đã phải đào thoát khỏi đất nước mình. Hơn 100.000 người Tây Tạng đã theo chân ngài. Ngày nay, trong khi sinh sống ở Ấn Độ và trên khắp thế giới, những người này đã dấn thân vào một phong trào đấu tranh bất bạo động phi thường để đòi tự do cho Tây Tạng.

Tại thị trấn Dharamsala của Ấn Độ nằm trên những ngọn đồi dưới chân dãy Hy-mã-lạp sơn, Đức Đạt-lai Lạt-ma đã thành lập một chính phủ dân chủ để phụng sự nhân dân của ngài, bao gồm những người còn đang sống ở Tây Tạng, một số rất đông trong các trại tỵ nạn tại Ấn Độ, và cả những người đang sống ở các quốc gia khác. Ngài đã hoạt động tích cực để bảo tồn mọi khía cạnh của nền văn hóa Tây Tạng, nhưng trọng tâm nỗ lực của ngài chính là truyền thống tâm linh của Tây Tạng, bởi vì ở Tây Tạng thì tâm linh và văn hóa là những yếu tố không thể tách rời nhau. Ngài vẫn duy trì công phu tu tập hành trì của chính mình, nghiên cứu học hỏi, quán chiếu và thiền định, đồng thời cũng thuyết giảng Phật pháp không mệt mỏi cho mọi người ở khắp nơi trên thế giới. Ngài đã cống hiến những nỗ lực lớn lao cho việc tái thiết các tu viện, ni viện cùng với chương trình tu học và hành trì, tất cả đều nhằm mục đích duy trì sức sống cho con đường phát triển trí tuệ mà Đức Phật Thích-ca Mâu-ni, người sáng lập đạo Phật, đã vạch ra.

Câu chuyện về sự ra đời của đạo Phật rất quen thuộc với nhiều người. Vào thế kỷ 5 trước Công nguyên, vị hoàng tử dòng Thích-ca sống với rất nhiều đặc quyền hưởng thụ trong vương quốc của phụ vương ngài tại một nơi mà ngày nay thuộc địa phận Nepal. Từ khi còn là một chàng trai trẻ, ngài đã sớm nhận ra tính chất vô nghĩa trong cuộc sống đầy tiện nghi của mình. Chứng kiến những nỗi khổ già nua, bệnh tật và chết chóc của mọi người, ngài bắt đầu nhìn xuyên qua lớp màn che giả dối của những hạnh phúc và tiện nghi trong đời sống thế tục. Một đêm nọ, vị hoàng tử chỉ vừa kết hôn không bao lâu đã rời bỏ cung điện và người vợ cùng đứa con trai bé nhỏ. Ngài dùng gươm cắt bỏ mái tóc dài và hướng vào rừng sâu để tìm kiếm một sự tự do, thoát khỏi đời sống thế tục với những khổ đau mà giờ đây ngài đã nhận ra là luôn gắn chặt không tách rời với đời sống ấy.

Không bao lâu, vị tu sĩ trẻ đã gặp 5 nhà tu khổ hạnh, và ngài trải qua nhiều năm để thực hành thiền định hết sức nghiêm ngặt cùng với các pháp tu khổ hạnh. Nhưng cuối cùng ngài nhận ra rằng, những pháp tu như thế sẽ không giúp ngài tiến gần hơn chút nào đến mục đích trí tuệ và giải thoát, vì thế ngài đã rời khỏi những người bạn đồng tu. Sau khi từ bỏ pháp tu khắc khổ với họ, ngài quyết định giờ đây sẽ tự mình nỗ lực hết sức để tìm ra chân lý. Ngài đã ngồi xuống dưới cội cây Bồ-đề, phát lời thệ nguyện sẽ không rời khỏi đây cho đến khi đạt được mục đích giác ngộ tối hậu. Sau rất nhiều nỗ lực kiên trì, vị Hoàng tử dòng Thích-ca đã thành công. Ngài nhìn thấu được cách thức hiện hữu chân thật của hết thảy mọi hiện tượng, và nhờ đó đạt đến sự giác ngộ viên mãn cùng trạng thái nhất thiết trí của một vị Phật.

Đức Phật Thích-ca Mâu-ni ra khỏi thiền định và đi xuyên qua miền bắc Ấn Độ, cho đến khi gặp lại 5 người bạn đồng tu khổ hạnh. Ban đầu, họ đã quyết định sẽ xem như không biết đến sự hiện diện của ngài, vì họ tin rằng ngài đã từ bỏ con đường tu tập tâm linh chân chính của họ. Tuy nhiên, sự tỏa sáng từ trạng thái giác ngộ của ngài đã tác động đến họ quá mạnh mẽ, đến nỗi họ phải khẩn cầu ngài chia sẻ những khám phá của ngài.

Đức Phật liền đưa ra bài thuyết pháp về Tứ diệu đế: sự thật về khổ đau, nguồn gốc của khổ đau, khả năng có thể chấm dứt khổ đau và những phương pháp dẫn đến sự chấm dứt khổ đau. Đức Phật đã chỉ rõ bản chất thực trạng khổ đau của chúng ta. Ngài dạy về những nguyên nhân đã dẫn đến thực trạng khổ đau này. Ngài cũng xác quyết về sự hiện hữu của một trạng thái mà mọi khổ đau cũng như nguyên nhân dẫn đến khổ đau đều đã được dứt trừ. Và ngài dạy phương pháp để đạt đến trạng thái đó.

Trong thời gian ở New York, đức Đạt-lai Lạt-ma đã thuyết pháp 3 ngày tại Beacon Theatre. Chủ đề của những buổi thuyết pháp này tập trung vào những phương pháp của đạo Phật giúp chúng ta đạt đến sự giác ngộ rốt ráo. Ngài đã kết hợp nội dung của hai bản văn là: *Các giai đoạn thiền định* (bản văn trung bình) của bậc thầy Ấn Độ vào thế kỷ 8 là Liên Hoa Giới (Kamalashila) và *Ba mươi bảy Pháp hành Bồ Tát đạo* của vị hành giả Tây Tạng vào thế kỷ 14 là Togmay Sangpo.

Các giai đoạn thiền định được biên soạn khi vị vua thứ 33 của Tây Tạng là Trisong Detsen (742-797) thỉnh cầu vị thầy Ấn Độ Liên Hoa Giới (Kamalashila) đến Tây Tạng để bảo vệ cho phương pháp tu tập của đạo Phật thiên về luận giải, vốn rất được ưa chuộng trong các Tu viện Đại học Phật giáo lớn của Ấn Độ là Nalanda và Vikramalasia. Hình thức tu tập này đã được vị thầy của ngài Liên Hoa Giới là ngài Tịch Hộ (Shantarakshita) truyền sang Tây Tạng, và lúc đó đang bị một vị tăng Trung Hoa là Hashang[1] công khai phản bác.

---

[1] Từ điển Phật Quang gọi vị tăng Trung Hoa này là Hòa thượng Đại thừa, e không phải tên riêng mà là chỉ cho khuynh hướng tu tập. Theo mô tả ở đây và một số tư liệu liên quan thì có thể vị này đang xiển dương giáo pháp Thiền tông theo khuynh hướng vô niệm, dứt bặt mọi tư duy lý luận. Tên

Hashang đã đưa ra quan điểm phủ nhận bất kỳ hoạt động tư duy [phân tích] nào [trong sự tu tập].

Nhằm mục đích xác định xem hình thức tu tập nào của đạo Phật nên được áp dụng ở Tây Tạng, nhà vua đã cho tổ chức một cuộc tranh luận. Trong cuộc tranh luận giữa ngài Liên Hoa Giới và vị tăng Hashang, ngài Liên Hoa Giới đã đưa ra được những luận điểm không thể bác bỏ để xác lập tầm quan trọng của tư duy lý luận trong sự phát triển tâm linh, và do đó ngài được công bố là người thắng cuộc. Để ghi nhớ sự chiến thắng này, nhà vua đã thỉnh cầu ngài soạn ra một bản văn trình bày rõ quan điểm tu tập của ngài. Ngài đã soạn ra một bản văn dài, một bản văn trung bình và một bản văn ngắn gọn, đều nói về *Các giai đoạn thiền định*.

Bản văn của ngài Liên Hoa Giới vạch ra một cách rõ ràng và súc tích những gì được gọi là các giai đoạn "rộng lớn" và "sâu xa" trên con đường hướng đến giác ngộ tối thượng. Mặc dù sách này thường bị xem nhẹ ở Tây Tạng, nhưng nó có một giá trị rất lớn lao, và đức Đạt-lai Lạt-ma đã nỗ lực rất nhiều để đưa sách này đến với thế giới bên ngoài.

Bản văn thứ hai, *Ba mươi bảy Pháp hành Bồ Tát đạo*, là một sự mô tả rõ ràng và hàm súc về việc làm thế nào để sống trọn một đời cống hiến vì mọi người. Tác giả của bản văn, ngài Togmay Sangpo, khuyến khích chúng ta thay đổi những khuynh hướng ích kỷ đã thành thói quen, và thay vào đó hãy hành động với sự nhận biết rằng ta luôn phụ thuộc vào mọi người quanh ta. Bản thân ngài Togmay Sangpo đã trọn đời là một vị tăng sống giản dị, cống hiến quên mình vì người khác thông qua việc tu tập để rộng mở trái tim mình với lòng yêu thương và bi mẫn.

Trong suốt những buổi thuyết pháp này, người phiên dịch là ngài Geshe Thubten Jinpa đã diễn đạt một cách đáng

---

gọi Hashang có lẽ là do người Tây Tạng đã phiên âm từ tiếng Trung Hoa.

khâm phục những khía cạnh tinh tế của triết học Phật giáo được đức Đạt-lai Lạt-ma chỉ dạy, trong khi cũng đồng thời truyền đạt được những nét hài hước đáng yêu vốn không bao giờ thiếu vắng trong các buổi giảng của ngài.

Vào ngày cuối cùng trong chuyến viếng thăm này của đức Đạt-lai Lạt-ma, một buổi sáng Chủ nhật, hơn 200.000 người đã quy tụ về khu East Meadow ở Central Park để nghe ngài giảng về *Tám bài kệ điều tâm*, một thi phẩm của vị thánh tăng Tây Tạng vào thế kỷ 11 là Langri Tangpa. Đức Đạt-lai Lạt-ma đã nói chuyện với thính chúng bằng tiếng Anh, nêu lên cách nhìn của ngài về tầm quan trọng của việc phải quý trọng mọi người quanh ta: từ những người hàng xóm, đồng hương, đồng bào... cho đến toàn thể nhân loại.

Ngài chia sẻ phương thức của ngài trong việc chuyển hóa tính cao ngạo thành đức khiêm tốn và sự sân hận thành lòng thương yêu. Ngài bày tỏ mối quan tâm đối với khoảng cách phân chia giữa người giàu và người nghèo. Và ngài kết thúc bằng việc hướng dẫn một khóa cầu nguyện cho tất cả chúng sinh đều được hạnh phúc. Bản ghi lại buổi nói chuyện của ngài tại Central Park được trình bày ngay sau đây trong phần Dẫn nhập.

Tôi hy vọng và cầu nguyện rằng tập sách này sẽ hữu ích cho tất cả người đọc trong việc tìm cầu hạnh phúc, và hạnh phúc mà họ đạt được sẽ tiếp tục lan truyền sang nhiều người khác nữa, sao cho tâm hồn của tất cả chúng sinh, theo một cách nào đó, đều sẽ được rộng mở.

Người biên tập,
NICHOLAS VREELAND

DẪN NHẬP

CENTRAL PARK, NEW YORK CITY,
ngày 15 tháng 8 năm 1999

*M*ột buổi sáng tốt lành, xin gửi lời chào đến tất cả anh chị em!

Tôi luôn tin rằng mỗi chúng ta đều sẵn có một bản năng khát khao hạnh phúc và không muốn đau khổ. Tôi cũng tin rằng mục đích chính của cuộc sống là để trải nghiệm hạnh phúc; rằng mỗi chúng ta đều sẵn có tiềm năng như nhau trong việc phát triển sự an bình nội tâm để qua đó đạt được hạnh phúc và niềm vui. Khả năng tiềm tàng này không hề khác biệt giữa người giàu sang với người nghèo khó, giữa người có học vấn cao với người thất học, giữa người da đen với người da trắng, hay giữa người phương Đông với người phương Tây. Về mặt tinh thần và cảm xúc, tất cả chúng ta đều giống như nhau. Về mặt thể chất, chúng ta cũng giống nhau về cơ bản, cho dù một số người có mũi cao hơn hay màu da có thể khác nhau đôi chút... Nhưng những khác biệt đó là nhỏ nhặt, không đáng kể. Sự tương đồng về mặt tinh thần và cảm xúc mới thật sự quan trọng.

Chúng ta đều giống nhau ở những cảm xúc gây khó chịu cũng như những cảm xúc tốt đẹp mang đến cho ta nội lực và sự an định. Theo tôi, điều quan trọng là ta phải nhận thức được khả năng tiềm tàng của mình và nhờ đó khơi dậy lòng tự tin. Đôi khi ta chỉ nghĩ đến những mặt tiêu cực của sự việc và rồi cảm thấy tuyệt vọng. Đó là một cách nhìn sai lầm.

Tôi chẳng có phép mầu nào để ban tặng cho quý vị. Nếu ai đó có quyền phép nhiệm mầu, hẳn tôi sẽ tìm đến nhờ người ấy giúp đỡ. Thật lòng mà nói, tôi luôn hoài nghi những kẻ tự xưng là có quyền năng phi thường. Tuy nhiên, thông qua sự rèn luyện tinh thần, với những nỗ lực không ngừng, chúng ta có thể làm thay đổi cảm xúc hay những khuynh hướng tinh thần của mình. Và điều này có thể tạo ra một sự thay đổi thật sự cho cuộc đời chúng ta.

Khi ta có một khuynh hướng tinh thần tích cực, thì dù sống giữa sự thù nghịch ta cũng không mất đi sự an ổn trong lòng. Ngược lại, với một khuynh hướng tinh thần tiêu cực hơn, bị chi phối bởi những tâm trạng sợ hãi, nghi ngờ, bất lực hoặc căm ghét tự thân, thì dù được sống giữa những người bạn tốt nhất, trong một môi trường thật tốt đẹp và thoải mái, ta cũng không thấy hạnh phúc. Vì vậy, khuynh hướng tinh thần rất quan trọng, nó thật sự làm thay đổi trạng thái hạnh phúc của ta.

Thật sai lầm khi cho rằng những bất ổn của chúng ta có thể giải quyết bằng tiền bạc hay những quyền lợi vật chất. Nếu bạn tin rằng một sự tốt đẹp nào đó có thể đạt được hoàn toàn chỉ nhờ vào một tác nhân bên ngoài thì điều đó là không thực tiễn. Tất nhiên, điều kiện vật chất là quan trọng và hữu ích đối với ta, nhưng khuynh hướng tinh thần bên trong ta cũng quan trọng không kém, nếu không nói là còn quan trọng hơn. Ta nhất thiết phải học cách từ bỏ việc theo đuổi một nếp sống xa hoa, vì điều đó là một chướng ngại cho sự tu tập.

Đôi khi tôi có cảm giác như việc chú trọng quá nhiều đến sự phát triển vật chất và xao lãng các giá trị nội tâm đang được người đời xem là lối sống thời thượng. Vì thế, chúng ta nhất thiết phải phát triển một sự cân bằng tốt đẹp hơn giữa mối quan tâm về vật chất với sự phát triển nội tâm. Tôi nghĩ, điều tự nhiên là con người phải hành xử như những sinh vật có tổ chức xã hội. Những phẩm chất tốt đẹp chính là điều mà tôi gọi là các giá trị nhân bản đích thực. Chúng ta cần nỗ lực để phát triển và duy trì những phẩm chất tốt đẹp như là biết chia sẻ và chăm sóc lẫn nhau. Chúng ta cũng nhất thiết phải tôn trọng những quyền lợi của người khác. Và do đó, ta nhận ra được rằng hạnh phúc và lợi ích tương lai của bản thân ta luôn phụ thuộc vào nhiều thành viên khác trong xã hội.

Trong trường hợp của tôi, 16 tuổi đã bị tước đoạt quyền tự do và năm 24 tuổi thì mất cả đất nước. Tôi đã phải làm một người tỵ nạn trong suốt bốn mươi năm qua, với bao trách nhiệm nặng nề. Khi tôi nhìn lại, cuộc sống đã qua thật không dễ dàng. Tuy nhiên, chính qua những năm tháng ấy mà tôi đã học được về lòng yêu thương, về sự quan tâm đến người khác. Khuynh hướng tinh thần này đã mang lại cho tôi sức mạnh nội tâm. Một trong những bài cầu nguyện mà tôi rất thích là:

Bao lâu còn đó hư không,
Sinh linh cam chịu trong vòng khổ đau,
Nguyện rằng tôi vẫn còn đây,
Góp phần chia sẻ, giúp người khó khăn,
Bồ-đề tâm nguyện thường hằng!

Cách suy nghĩ như thế tạo ra sức mạnh nội tâm và sự tự tin. Điều đó giúp mang lại mục đích sống cho đời tôi. Dù sự việc có khó khăn hay phức tạp đến đâu, nhưng nếu có được một khuynh hướng tinh thần như vậy thì ta sẽ luôn an ổn trong lòng.

Một lần nữa, tôi phải nhấn mạnh rằng: *Chúng ta đều [có khả năng] như nhau!* Một số quý vị có thể mang ấn tượng rằng đức Đạt-lai Lạt-ma phải có cái gì đó khác thường. Điều đó hoàn toàn không đúng. Tôi cũng là một con người giống như tất cả quý vị. Chúng ta đều có khả năng tiềm tàng như nhau.

Sự phát triển tinh thần không nhất thiết phải dựa trên tín ngưỡng tôn giáo. Chúng ta hãy nói về những luân lý thế tục chẳng hạn.

Tôi tin rằng tất cả các truyền thống tín ngưỡng lớn đều tương đồng ở điểm là có những phương pháp để giúp chúng ta nuôi dưỡng lòng vị tha, biết quan tâm đến người khác và phát triển khuynh hướng ứng xử xem trọng mối quan tâm của người khác hơn những vấn đề của riêng mình. Dù ta có thể tìm thấy những khác biệt trong các quan điểm triết học và nghi lễ, nhưng lời kêu gọi cốt yếu nhất của tất cả các tôn giáo đều rất giống nhau. Tất cả đều khuyến khích sự thương yêu, từ ái và tha thứ. Và ngay cả những ai không đặt niềm tin vào tôn giáo cũng vẫn trân trọng các giá trị đạo đức cơ bản của con người.

Vì ngay chính sự tồn tại và hạnh phúc của chúng ta cũng đã là một kết quả đóng góp chung của vô số người khác, nên ta phải phát triển một khuynh hướng thích hợp trong cung cách quan hệ với mọi người. Chúng ta thường có khuynh hướng quên đi thực tế cơ bản này. Ngày nay, trong nền kinh tế hiện đại toàn cầu, ranh giới giữa các quốc gia không còn đáng kể. Không chỉ các quốc gia phụ thuộc lẫn nhau, mà cả các châu lục rộng lớn cũng thế. Chúng ta phụ thuộc lẫn nhau rất nhiều.

Khi xem xét kỹ nhiều vấn đề mà con người hiện nay đang đối mặt, ta có thể thấy rằng chúng đều do chính con người tạo ra. Tôi không nói đến những thiên tai, mà là những trận xung đột, giết chóc, những vấn đề nảy sinh từ chủ nghĩa dân tộc và ranh giới quốc gia, tất cả đều do con người gây ra.

Nếu nhìn về trái đất từ trong vũ trụ, ta sẽ không thấy có bất kỳ khác biệt nào ở biên giới các quốc gia. Ta chỉ đơn giản nhìn thấy một hành tinh nhỏ bé, chỉ một mà thôi. Một khi đã vạch ra sự phân chia, ta bắt đầu khởi sinh cảm giác về "ta" và "bọn họ". Khi cảm giác này phát triển thì việc nhìn thấy đúng thực chất của vấn đề trở nên khó khăn hơn. Ở nhiều nước châu Phi, và gần đây là một số nước Đông Âu, chẳng hạn như Nam Tư cũ, chủ nghĩa dân tộc hẹp hòi vẫn đang tồn tại.

Trong một ý nghĩa, khái niệm "ta" và "bọn họ" hầu như không còn thích hợp nữa, vì quyền lợi của những người quanh ta cũng chính là của ta. Một cách tất yếu, sự quan tâm đến quyền lợi của những người xung quanh là quan tâm đến tương lai của chính ta. Thực tế hiện nay thật đơn giản. Khi làm tổn hại kẻ thù thì ta cũng phải chịu tổn hại.

Tôi nhận thấy sự phát triển kỹ thuật hiện đại và nền kinh tế toàn cầu cùng với sự gia tăng dân số quá đông đã làm cho thế giới này thay đổi rất lớn lao: nó trở nên nhỏ hẹp hơn trước nhiều. Tuy nhiên, những nhận thức của chúng ta đã không phát triển với cùng mức độ [của sự thay đổi], chúng ta vẫn tiếp tục ôm giữ quan điểm xưa cũ chia tách giữa các quốc gia cũng như ý niệm phân biệt giữa "ta" và "bọn họ".

Chiến tranh dường như là một phần làm nên lịch sử nhân loại. Khi nhìn lại thực trạng của thế giới trong quá khứ, ta thấy các quốc gia, vùng miền, và thậm chí là các làng xã đều độc lập, không phụ thuộc lẫn nhau về kinh tế. Trong điều kiện đó, sự sụp đổ của kẻ thù có thể là một sự thành tựu cho ta. Điều này có liên quan đến tình trạng bạo lực và chiến tranh. Tuy nhiên, ngày nay chúng ta quá phụ thuộc vào nhau đến nỗi khái niệm chiến tranh đã trở nên lỗi thời. Ngày nay, khi đối mặt với những vấn đề rắc rối hay bất đồng, chúng ta phải đạt đến các giải pháp thông qua sự đối thoại. Đối thoại là phương thức thích hợp duy nhất. Sự chiến thắng đơn phương không còn thích hợp nữa. Chúng ta phải làm việc để giải quyết những mâu thuẫn trên tinh thần thỏa thuận và phải luôn nhớ đến quyền lợi của người khác. Chúng ta không thể hủy hoại những người quanh ta! Chúng ta không thể phớt lờ quyền lợi của họ! Làm như vậy tất yếu sẽ gây đau khổ cho chính ta. Vì thế, tôi nghĩ rằng khái niệm bạo lực giờ đây là không thích hợp. Bất bạo động là phương thức thích hợp nhất.

Bất bạo động không có nghĩa là ta giữ thái độ bàng quan trước một vấn đề bất ổn. Ngược lại, việc tận lực tham gia giải quyết là điều quan trọng. Tuy nhiên, chúng ta nhất thiết phải ứng xử theo cách không chỉ có lợi cho riêng mình. Ta không được phép gây tổn hại đến quyền lợi của người khác. Vì vậy, bất bạo động không chỉ đơn thuần là sự vắng mặt của bạo lực, mà còn đòi hỏi phải có lòng bi mẫn và sự quan tâm. Bất bạo động gần như là sự biểu hiện của lòng bi mẫn. Tôi tin tưởng mạnh mẽ rằng chúng ta nhất thiết phải phát triển một khái niệm bất bạo động như thế ngay từ mức độ trong gia đình cũng như trên các bình diện quốc gia và quốc tế. Mỗi cá nhân đều có khả năng góp phần vào một thực tiễn không bạo lực với lòng bi mẫn như thế.

Chúng ta nên tiến hành việc này như thế nào? Ta có thể bắt đầu từ chính bản thân mình. Chúng ta phải cố gắng phát triển một cách nhìn nhận vấn đề thoáng hơn, phải xem xét các tình huống từ nhiều góc độ khác nhau. Thông thường, khi đối mặt với các vấn đề bất ổn, ta chỉ xem xét từ quan điểm của riêng mình. Đôi khi, chúng ta thậm chí cố tình lờ đi những khía cạnh khác của một tình huống. Điều này thường dẫn đến những hệ quả tiêu cực. Vì thế, việc mở rộng cách nhìn nhận [các vấn đề] là điều rất quan trọng.

Ta nhất thiết phải đạt đến nhận thức rằng những người khác cũng là một phần tạo thành xã hội. Ta có thể nghĩ về xã hội như là một cơ thể, với tay chân như là những phần tử cấu thành. Tất nhiên, tay và chân là khác nhau; nhưng nếu có gì đó xảy ra với chân, hẳn là tay phải đưa xuống trợ giúp. Tương tự, khi có điều gì bất ổn ở đâu đó trong phạm vi xã hội, ta nhất thiết phải trợ giúp. Tại sao vậy? Vì đó là một phần của cơ thể chung, là một phần không tách rời của chính chúng ta.

Ta cũng phải quan tâm đến môi trường, vì đây là ngôi nhà chung của chúng ta, một ngôi nhà chung duy nhất! Quả thật ta có nghe các nhà khoa học nói về khả năng định cư trên sao Hỏa hay Mặt trăng. Nếu có một phương cách khả thi và thuận tiện để ta làm được điều đó thì cũng tốt, nhưng dù sao tôi vẫn cho rằng điều đó là rất khó. Chỉ riêng việc hít thở trên những hành tinh đó hẳn đã phải cần đến rất nhiều thiết bị. Tôi nghĩ, hành tinh xanh của chúng ta thật xinh đẹp và đáng yêu. Nếu chúng ta hủy hoại nó, hoặc nếu có một sự hư hoại khủng khiếp nào đó xảy ra chỉ vì sự thờ ơ của chúng ta, ta biết đi về đâu? Vì thế, quan tâm bảo vệ môi trường chính là vì lợi ích của chính chúng ta.

Bản thân sự phát triển một cách nhìn thoáng hơn về thực tiễn và mở rộng nhận thức có thể mang đến sự thay đổi ngay trong gia đình chúng ta. Đôi khi, sự đối nghịch giữa vợ chồng, hay giữa cha mẹ với con cái, lại phát sinh chỉ vì một vấn đề hết sức nhỏ nhặt. Nếu bạn chỉ xét riêng một khía cạnh nào đó của vấn đề, chỉ tập trung hoàn toàn vào tình trạng bất ổn ngay lúc đó, thì sự việc quả đúng là rất đáng gây tranh cãi. Thậm chí có thể đáng để ly hôn chẳng hạn. Tuy nhiên, khi xem xét vấn đề một cách toàn diện hơn, ta sẽ thấy rằng tuy có điều bất ổn, nhưng đồng thời cũng có một mối quan tâm chung nào đó. Điều đó có thể dẫn bạn đến suy nghĩ rằng: "Đây chỉ là một vấn đề nhỏ nhặt mà ta nhất thiết phải giải quyết bằng đối thoại chứ không phải những biện pháp mạnh." Như thế, chúng ta có thể phát triển bầu không khí bất bạo động ngay chính trong gia đình mình cũng như trong cộng đồng ta đang sống.

Một vấn đề khác nữa mà ngày nay chúng ta đang phải

đối mặt là khoảng cách giữa người giàu và người nghèo. Trong một cường quốc như Hoa Kỳ, các nhà lập quốc đã thiết lập những khái niệm về tự do dân chủ, bình đẳng và có cơ hội như nhau cho mọi công dân. Những điều này được quy định bởi Hiến pháp tuyệt vời của Hoa Kỳ. Tuy nhiên, con số các nhà tỷ phú Mỹ đang ngày một gia tăng, trong khi người nghèo vẫn cứ nghèo, thậm chí trong một số trường hợp lại càng nghèo hơn nữa. Điều này thật là một bất hạnh. Và trên bình diện toàn cầu cũng vậy, ta luôn thấy có những nước giàu mạnh và những nước nghèo khó. Điều này cũng là một bất hạnh. Không chỉ là sự lệch lạc về mặt đạo đức, mà trên thực tế đây còn là nguồn gốc của những bất an và rối rắm mà sớm muộn gì rồi cũng sẽ đến với chính chúng ta.

Từ khi còn là một đứa trẻ, tôi vẫn thường nghe nói về New York. Tôi đã nghĩ rằng nơi đó hẳn phải giống như thiên đàng, một thành phố xinh đẹp. Năm 1979, tôi đến New York lần đầu tiên. Ban đêm, khi đang chìm sâu trong giấc ngủ bình yên, tôi thường bị đánh thức bởi những âm thanh ghê rợn liên hồi của tiếng còi xe [cấp cứu]! Tôi nhận ra rằng có điều gì không hay đang xảy ra ở đâu đó, hỏa hoạn hay là những chuyện bất ổn khác.

Còn nữa, một trong những người anh đã mất của tôi từng kể cho tôi nghe về những kinh nghiệm sống ở Mỹ. Anh ấy sống trong tầng lớp thấp kém và kể với tôi về những phiền toái, sự sợ hãi, giết chóc, trộm cướp và hãm hiếp mà những người dân [trong tầng lớp ấy] phải chịu đựng. Tôi cho rằng những điều này chính là hệ quả của sự bất bình đẳng về kinh tế trong xã hội. Khó khăn nảy sinh cũng là điều tự nhiên khi chúng ta phải làm việc cực nhọc ngày này sang ngày khác để tồn tại, trong khi có những người khác cũng như ta lại sống một cuộc sống xa hoa mà không phải nỗ lực gì nhiều. Đây là một thực trạng không lành mạnh, dẫn đến kết quả là ngay cả những người giàu có - tỷ phú và triệu phú - vẫn phải sống trong sự bất ổn thường xuyên. Vì thế, tôi cho rằng sự chênh lệch quá lớn giữa người giàu và người nghèo là một nỗi bất hạnh rất lớn.

Cách đây ít lâu, có một gia đình giàu có ở Bombay đến thăm tôi. Bà cụ nội trong nhà ấy có một khuynh hướng tâm linh mạnh mẽ và đã thỉnh cầu nơi tôi một sự ban phước nào đó. Tôi nói với bà: "Tôi không thể ban phước cho cụ. Tôi không có khả năng đó." Và tôi bảo bà cụ: "Cụ sinh ra trong một gia đình giàu có, đây là điều rất may mắn, và là kết quả những nghiệp lành của cụ trong quá khứ. Những người giàu là thành phần quan trọng trong xã hội. Những người giàu vận dụng các phương pháp của chủ nghĩa tư bản để tích lũy lợi nhuận ngày càng nhiều hơn. Giờ đây, những người giàu như cụ nên vận dụng các phương pháp của chủ nghĩa xã hội để mang đến cho người nghèo sự giáo dục và chăm sóc y tế." Chúng ta phải vận dụng các phương pháp năng động của chủ nghĩa tư bản để kiếm tiền và sau đó hãy phân phát đến những người khác một cách hữu ích và có ý nghĩa hơn. Xét từ quan điểm đạo đức cũng như thực tiễn, đây là một phương cách tốt đẹp hơn nhiều để mang lại sự thay đổi trong xã hội.

Ở Ấn Độ hiện vẫn tồn tại một hệ thống phân biệt giai cấp; những người thuộc tầng lớp thấp nhất trong xã hội thường bị xem như "không được tiếp xúc".[1] Cố tiến sĩ Bhimrao

---

[1] Đây là một cổ tục đã có từ xa xưa, phân biệt người trong xã hội Ấn Độ thành 4 giai cấp: 1. bà-la-môn (brahmaṇa), gồm những người nắm giữ các nghi lễ tín ngưỡng; 2. sát-ly hay sát-đế-ly (kṣatriya), gồm những người nắm giữ chính quyền, quyền điều hành xã hội, ngày xưa là các vua chúa, tướng lãnh... 3. tỳ-xá hay tỳ-xá-da (vaiśya), gồm những thương gia, điền chủ, tức tầng lớp nắm giữ kinh tế xã hội, 4. thủ-đà hay thủ-đà-la (śūdra), gồm những người nghèo khó, làm thuê hoặc phục dịch cho các giai cấp trên. Những người thuộc giai tầng thấp nhất (hạ tiện) được nói đến ở đây thậm chí không được xem là một giai cấp, mà bị đặt ra ngoài lề xã hội. Họ thấp kém hèn hạ hơn cả giai cấp thủ-đà-la, được gọi với tên là chiên-đà-la (caṇḍāla), và bị ngăn cấm không được phép đụng chạm vào thân thể những người thuộc

Ambedkar là một người thuộc tầng lớp thấp nhất này. Ông là một luật sư tài ba, Bộ trưởng Tư pháp đầu tiên của Ấn Độ và là tác giả của bản Hiến pháp Ấn Độ. Trong khoảng thập niên 1950, ông đã trở thành một Phật tử. Hàng trăm ngàn người khác cũng theo gương ông. Mặc dù những người này đã tự mình trở thành Phật tử, nhưng rồi họ vẫn phải tiếp tục sống trong cảnh nghèo khó. Về mặt kinh tế, họ thật hết sức đáng thương. Tôi thường nói với họ: "Bản thân quý vị phải có sự nỗ lực, phải bắt tay vào việc với sự tự tin để mang đến sự thay đổi. Quý vị không thể đổ lỗi hoàn toàn cho những người thuộc các giai cấp cao hơn về tình trạng [nghèo khó] của mình."[1]

Vì vậy, đối với những ai còn nghèo khó, những ai xuất thân từ các hoàn cảnh khó khăn, tôi hết sức khuyến khích quý vị nên làm việc chăm chỉ với sự tự tin để tận dụng các cơ hội đến với mình. Những người giàu có nên quan tâm nhiều hơn đến những người nghèo khó, và những người nghèo phải hết sức nỗ lực với sự tự tin [để vươn lên].

---

giai cấp cao hơn, vì như vậy là xúc phạm, làm ô uế người thuộc các giai cấp khác. Những người thuộc 4 giai cấp nói trên cũng phải tránh né không được đụng chạm vào cơ thể của những người thuộc tầng lớp chiên-đà-la. Vì vậy mà người ta xem những người thuộc tầng lớp này là "không được tiếp xúc".

[1] Khi Ấn Độ chính thức giành được độc lập vào ngày 15 tháng 8 năm 1947, Bhimrao Ambedkar được Chính phủ mới của Ấn Độ mời làm Bộ trưởng Tư pháp đầu tiên và ông đã chấp nhận. Ngay sau đó, vào ngày 29 tháng 8 ông được chỉ định làm Chủ tịch Ủy ban soạn thảo Hiến pháp của Quốc hội. Ông giành được sự ủng hộ gần như tuyệt đối của những người đồng sự và đã soạn thảo bản Hiến pháp mới của Ấn Độ phần lớn dựa trên các quy ước sinh hoạt của đoàn thể Tăng-già trong đạo Phật. Điều thú vị ở đây là, vào giai đoạn này ông vẫn còn là người theo đạo Hindu nhưng đã nghiên cứu kinh điển cũng như giới luật trong đạo Phật để lấy đó làm nền tảng cho bản Hiến pháp Ấn Độ do ông soạn thảo. Khoảng đầu thập niên 1950, ông chuyển hẳn sang nghiên cứu chuyên sâu về đạo Phật, viếng thăm Miến Điện 2 lần cũng nhằm mục đích này. Vào năm 1956, ông tiếp xúc với một vị tăng Tích Lan là Hammalawa Saddhatissa và ngay sau đó chính thức công bố việc từ bỏ đạo Hindu để quy y theo đạo Phật, cùng với khoảng 500 tín đồ Hindu khác cũng đồng loạt theo gương ông trở thành Phật tử.

Cách đây vài năm, tôi ghé thăm một gia đình da đen nghèo khó ở Soweto, Nam Phi. Tôi muốn trò chuyện một cách ngẫu nhiên với họ để hỏi han về hoàn cảnh sống, cách mưu sinh cùng những điều đại loại như thế. Thế là tôi bắt đầu nói chuyện với một người tự giới thiệu mình là thầy giáo. Khi nói chuyện, chúng tôi cùng đồng ý với nhau rằng sự phân biệt chủng tộc là rất tồi tệ. Tôi nói, hiện nay người da đen ở Nam Phi đã có được quyền bình đẳng [với người da trắng]. Tôi bảo rằng anh ta đã có được nhiều cơ hội mới và phải biết tận dụng chúng thông qua sự nỗ lực học tập và làm việc chăm chỉ. Tôi cũng bảo anh ta là phải phát triển một sự bình đẳng thật sự. Người thầy giáo đáp lại với giọng rất nhỏ và hết sức buồn bã. Anh ta tin rằng trí óc người da đen châu Phi là thấp kém hơn. Anh ta nói: "Chúng tôi không thể sánh bằng người da trắng."

Tôi bị sốc và rất buồn [khi nghe như vậy]. Nếu một khuynh hướng suy nghĩ theo kiểu đó vẫn còn tồn tại thì không có cách nào để làm thay đổi xã hội cả. Không thể nào! Và vì vậy tôi đã tranh luận với anh ta. Tôi nói: "Những gì bản thân tôi và dân tộc tôi đã trải qua cũng không quá khác biệt với các anh. Nếu người Tây Tạng chúng tôi có cơ hội, chúng tôi có thể phát triển một cộng đồng rất thành công. Chúng tôi là những người ty nạn tạm cư ở Ấn Độ trong suốt bốn mươi năm qua và đã trở thành một cộng đồng người ty nạn thành công nhất ở đó." Tôi bảo anh ta: "Chúng ta đều bình đẳng! Chúng ta có tiềm năng như nhau! Tất cả chúng ta đều là những con người! Sự khác biệt về màu da chỉ là nhỏ nhặt. Do sự phân biệt kỳ thị trước đây nên [người da đen] các anh đã không có được cơ hội, nếu không thì các anh cũng có tiềm năng không khác [người da trắng]."

Cuối cùng, anh ta rơi lệ và nhỏ nhẹ đáp lời tôi: "Bây giờ thì tôi cảm thấy chúng ta đều như nhau. Vì chúng ta đều là những con người nên chúng ta đều có tiềm năng như nhau."

Tôi cảm thấy nỗi buồn trong tôi vơi đi hẳn. Tôi thấy mình đã góp được một phần nhỏ bé trong việc làm thay đổi cách suy nghĩ của một con người, đã giúp anh ta phát triển sự tự tin, vốn là nền tảng của một tương lai tươi sáng.

Sự tự tin là rất quan trọng. Nhưng làm thế nào để ta đạt được sự tự tin? Trước hết, ta phải luôn nhớ rằng chúng ta bình đẳng với tất cả mọi người và rằng chúng ta có cùng những khả năng như nhau. Nếu ta giữ mãi tâm trạng bi quan, luôn nghĩ rằng mình không thể thành công, thì chúng ta sẽ không thể nào phát triển được. Ý tưởng cho rằng ta không thể cạnh tranh với người khác chính là bước đầu tiên dẫn đến sự thất bại.

Vì vậy, phương thức đúng đắn để phát triển chính là sự cạnh tranh được thực hiện một cách đúng đắn, trung thực, không làm hại người khác và sử dụng các quyền hợp pháp của mình. Đất nước tuyệt vời này mang đến cho tất cả mọi người những cơ hội cần thiết [để phát triển].

Mặc dù sự tự tin trong cuộc sống là quan trọng, nhưng ta cũng phải phân biệt giữa tính chất tiêu cực của sự kiêu căng tự phụ với sự tự hào tích cực hay tự tin. Đây cũng là một phần trong sự rèn luyện tinh thần. Trong quá trình tu tập của bản thân tôi, mỗi khi khởi lên một cảm giác kiêu căng như là: "Ồ, mình có gì đó thật đặc biệt hơn người", tôi sẽ lập tức tự nhủ: "Quả thật mình là một con người và là một tăng sĩ Phật giáo. Vì vậy, mình có cơ hội rất tốt để tu tập trên con đường tâm linh hướng đến Phật quả." Và sau đó tôi so sánh chính mình với một con côn trùng nhỏ bé trước mắt tôi và suy nghĩ: "Con vật này rất yếu ớt và không có khả năng suy nghĩ về những vấn đề triết học. Nó cũng không có khả năng phát triển lòng vị tha. Trong khi mình có được cơ hội [tốt đẹp hơn nhiều so với nó] nhưng mình lại hành xử theo cách [kiêu căng] ngốc nghếch này." Nếu tôi tự phán xét chính mình theo quan điểm này thì [tôi sẽ thấy rằng] con côn trùng kia chắc chắn là trung thực và chân thành hơn tôi.

Thỉnh thoảng, khi tôi gặp một ai đó và cảm thấy mình có phần hơn họ, tôi sẽ cố tìm ra một ưu điểm nào đó của người ấy. Có thể họ có mái tóc đẹp. Và rồi tôi nghĩ, "Giờ đây mình đã cạo sạch tóc trên đầu, vậy xét về điểm này thì anh ta hơn mình nhiều!" Chúng ta luôn có thể tìm được một ưu điểm nào đó ở một người khác mỗi khi thấy rằng ta vượt trội hơn họ. Thói quen tinh thần này giúp ta đối trị sự kiêu căng cao ngạo của mình.

Đôi khi chúng ta rơi vào sự tuyệt vọng, ta nản lòng và nghĩ rằng mình không thể làm được điều gì cả. Trong những hoàn cảnh như thế, ta nên nhớ đến cơ hội và khả năng đạt đến thành công mà ta luôn sẵn có.

Khi nhận ra rằng tâm ý ta là chuyển hóa được, chúng ta có thể thay đổi những khuynh hướng sống của mình bằng cách vận dụng những tiến trình tư duy khác nhau. Nếu ta đang hành xử một cách kiêu căng cao ngạo, ta có thể vận dụng tiến trình tư duy như tôi vừa nói trên. Nếu chúng ta đang đắm chìm trong sự tuyệt vọng hay suy sụp, ta nên tận dụng mọi cơ hội để cải thiện tình trạng của mình. Điều này rất hữu ích.

Cảm xúc của con người rất mạnh mẽ và đôi khi khống chế hẳn chúng ta. Điều này có thể dẫn đến những tai họa. Một thực hành quan trọng khác trong việc rèn luyện tinh thần là tự tách mình ra khỏi những cảm xúc mạnh mẽ trước khi chúng sinh khởi. Ví dụ, khi ta cảm thấy giận dữ hoặc căm ghét, ta có thể nghĩ rằng, "À, giờ đây cơn giận đang mang đến cho ta nhiều năng lượng hơn, làm cho ta kiên quyết hơn và phản ứng nhanh hơn." Tuy nhiên, khi xét lại thật kỹ, bạn sẽ thấy rằng nguồn năng lượng mang đến bởi những cảm xúc tiêu cực là hoàn toàn mù quáng. Ta nhận thấy rằng, thay vì tạo ra một tiến trình có suy xét thận trọng thì chúng lại chỉ mang đến nhiều hậu quả không may. Tôi không chắc liệu năng lượng tạo ra bởi những cảm xúc tiêu cực có thực sự hữu ích hay không. Thay vì vậy, ta nên phân tích vấn đề thật kỹ lưỡng; sau đó, với sự rõ ràng và khách quan, ta xác định là cần phải có những biện pháp giải quyết vấn đề. Niềm tin chắc chắn vào việc mình có bổn phận, trách nhiệm "phải làm một điều gì đó" có thể mang đến cho bạn một cảm giác mạnh mẽ về mục đích hướng đến. Tôi tin rằng đây mới là nền tảng cho một nguồn năng lượng lành mạnh, hữu ích và hiệu quả hơn.

Nếu có ai đó đối xử bất công với ta, trước tiên ta nhất thiết phải phân tích tình huống đó. Nếu ta thấy có thể chịu đựng được sự bất công đó, và nếu những hệ quả xấu của sự chịu đựng như thế là không quá lớn lao, tôi nghĩ tốt nhất là ta nên chấp nhận. Tuy nhiên, nếu như sau khi phán đoán với sự sáng suốt và khách quan ta đi đến kết luận rằng, việc chấp nhận [sự bất công ấy] sẽ mang đến những hậu quả còn tệ hại hơn nữa, thì chúng ta buộc phải có những biện pháp đối phó thích hợp. Quyết định này cần dựa trên cơ sở nhận thức rõ ràng về tình huống và không phải là kết quả của sự tức giận. Theo tôi thì sự giận dữ và căm ghét thật sự gây tổn hại cho chính ta nhiều hơn là cho kẻ đã làm ta nổi giận.

Giả sử một người hàng xóm không ưa bạn và luôn gây ra những rắc rối cho bạn. Nếu bạn không kiềm chế được và nuôi lòng căm ghét ông ta thì chính bạn sẽ ăn không ngon, ngủ không yên, rồi bạn buộc phải bắt đầu sử dụng đến thuốc an thần, thuốc ngủ. Sau đó, bạn phải tiếp tục tăng liều dùng của thuốc, và điều đó làm tổn hại cơ thể bạn. Tánh khí của bạn bị ảnh hưởng [xấu đi], và kết quả là bạn bè thân quen ngần ngại không muốn thăm viếng bạn. Tóc bạn sẽ bạc dần và [da bạn] ngày càng nhiều nếp nhăn hơn, và cuối cùng bạn có thể sẽ gặp nhiều vấn đề nghiêm trọng về sức khỏe. Khi ấy, người hàng xóm kia sẽ thật sự vui mừng. Không cần phải tự tay gây ra bất kỳ tổn hại gì về thể chất cho bạn, ông ta vẫn đạt được sự mong muốn của mình!

Nhưng nếu bất chấp những thành kiến lệch lạc của người hàng xóm, bạn vẫn giữ được sự bình thản, vui vẻ và an ổn, sức khỏe của bạn sẽ được duy trì tốt, bạn tiếp tục sống vui tươi và có thêm nhiều bạn bè đến thăm viếng bạn. Cuộc sống của bạn càng thành đạt hơn nữa. Điều này sẽ thật sự làm cho người hàng xóm kia phải lo lắng. Tôi nghĩ, đó là phương thức khôn ngoan để gây hại cho người hàng xóm ấy. Tôi nói điều này không phải chuyện đùa. Về việc này, tôi đã có ít nhiều kinh nghiệm. Bất chấp một số tình huống rất không may, tôi thường vẫn luôn giữ được sự bình thản với tâm trí an định. Tôi nghĩ điều này là rất hữu ích. Quý vị nhất thiết không được cho rằng khoan dung và nhẫn nhục là những dấu hiệu của sự yếu đuối. Tôi xem chúng là dấu hiệu của sự mạnh mẽ.

Khi đối mặt với một kẻ thù nghịch, một người hay nhóm người muốn làm hại ta, ta có thể xem đó là cơ hội để phát triển đức nhẫn nhục và khoan dung. Ta cần thiết phải có những phẩm tính này, chúng rất hữu ích cho ta. Và cơ hội duy nhất để ta phát triển những phẩm tính này chính là khi ta bị kẻ thù thách thức. Vì thế, xét theo quan điểm này thì kẻ thù nghịch chính là thầy ta, là đạo sư của ta. Bất kể động cơ thúc đẩy của họ là gì, từ cách nhìn nhận như trên của chúng ta thì những kẻ thù nghịch là rất hữu ích, là điều may mắn có được của ta.

Nói chung, những giai đoạn khó khăn trong đời sống luôn cho ta cơ hội tốt nhất để đạt được những kinh nghiệm hữu ích và phát triển nội lực. Thế hệ trẻ ở Hoa Kỳ vốn có được một cuộc sống quá dễ dàng và tiện nghi nên thường thấy khó khăn ngay cả khi phải đối diện với những vấn đề nhỏ nhặt. Họ ngay lập tức lớn tiếng phàn nàn. Sẽ vô cùng hữu ích nếu họ biết nhớ lại những gian khổ mà người Mỹ và châu Âu thuộc thế hệ trước đây đã từng đối mặt, hoặc những khó khăn mà cha ông họ đã phải chịu đựng khi đến định cư trên mảnh đất này.

Tôi thấy có một sai lầm trong xã hội hiện đại là chúng ta thường có khuynh hướng xa lánh những người đã từng phạm tội, chẳng hạn như các tù nhân. Kết quả là [ta làm cho] bản thân những người ấy thường mất đi hy vọng. Họ cũng mất cả ý thức trách nhiệm và tinh thần kỷ luật. Kết quả lại càng bi thảm hơn, khổ đau hơn và bất hạnh hơn cho cả họ và ta. Theo tôi, điều quan trọng đối với chúng ta là phải làm cho những người ấy hiểu được thật rõ ràng rằng: "Các bạn cũng là một phần tạo thành xã hội chúng ta, các bạn cũng có một tương lai. Tuy nhiên, các bạn phải sửa đổi lỗi lầm hoặc những hành vi xấu ác, và đừng bao giờ tái phạm nữa. Các bạn phải sống có trách nhiệm như những công dân tốt."

Tôi cũng rất buồn khi có một số người bị xã hội bỏ rơi, chẳng hạn như các bệnh nhân AIDS. Khi ta thấy trong xã hội có một thành phần nào đó rơi vào tình huống đặc biệt khổ đau, thì đó là một cơ hội tốt để ta thể hiện sự quan tâm chia sẻ và lòng từ bi. Tuy nhiên, tôi thường nói với mọi người rằng: "Lòng từ bi của tôi chỉ là những lời sáo rỗng. Đức Mẹ Teresa quá cố mới thật sự thể hiện lòng từ bi!"

Đôi khi chúng ta thật vô tâm với những con người đang sống trong bất hạnh. Khi tôi đi xe lửa ở Ấn Độ, tôi nhìn thấy nhiều người nghèo và những người hành khất ở các sân ga. Tôi thấy người ta không đếm xỉa gì đến họ, thậm chí còn bắt nạt họ nữa. Có lúc tôi phải rơi nước mắt. Phải làm điều gì đây? Tôi nghĩ tất cả chúng ta nên phát triển một thái độ đúng đắn khi gặp những tình huống bất hạnh như thế.

Tôi cũng thấy rằng nhiều tham luyến quá là không tốt. Đôi khi, tôi thấy những người bạn phương Tây xem sự tham luyến như là điều gì đó rất quan trọng, như thể không có nó thì cuộc sống của họ sẽ trở nên vô vị. Tôi nghĩ, ta phải phân biệt rõ giữa sự khao khát tiêu cực hay tham luyến với phẩm chất tích cực của tình yêu thương vốn luôn mong muốn hạnh phúc đến cho người khác. Sự tham luyến là một khuynh hướng thiên lệch. Nó làm cho tâm trí trở nên hẹp hòi khiến ta không thể thấy được thực chất của tình huống một cách rõ ràng, nên cuối cùng sẽ mang đến cho ta những bất ổn không đáng có. Tương tự với những cảm xúc tiêu cực như giận dữ và căm ghét, sự tham luyến cũng mang tính hủy hoại. Ta nên cố gắng duy trì một thái độ điềm tĩnh hơn. Điều này không có nghĩa là ta không còn cảm xúc và hoàn toàn thờ ơ. [Với sự điềm tĩnh], ta có thể nhận thức phân biệt giữa điều tốt và điều xấu, để rồi sẽ nỗ lực từ bỏ điều xấu và giữ lấy hoặc phát huy điều tốt.

Có một pháp tu trong đạo Phật dạy ta quán tưởng mang đến niềm vui và tác nhân để tạo ra mọi niềm vui cho người khác, nhờ vậy xua tan hết khổ đau của họ. Cho dù điều tất nhiên là ta không thể làm thay đổi tình trạng của người khác, nhưng tôi thực sự cảm nhận được trong một số trường hợp, thông qua sự quan tâm chân thành và lòng thương yêu, thông qua sự chia sẻ của chúng ta trong cảnh ngộ khó khăn của người khác, thái độ ấy của ta có thể giúp giảm nhẹ đi sự khổ đau của người khác, ít nhất cũng là về mặt tinh thần. Tuy nhiên, điểm chính của pháp tu này là làm tăng thêm nội lực và lòng can đảm của chính ta.

Tôi đã chọn lọc [và ghi lại dưới đây] những dòng [cầu nguyện] mà tôi cảm thấy có thể chấp nhận được đối với tín đồ của mọi tôn giáo, hoặc ngay cả với những người không có đức tin. Khi đọc những dòng [cầu nguyện] này, nếu là người đang thực hành tín ngưỡng thì bạn có thể khấn nguyện với đấng thiêng liêng mà bạn tôn thờ. Một tín đồ Thiên chúa giáo có thể nghĩ đến Chúa Giê-su hay Chúa Trời, một tín đồ Hồi giáo có thể khấn nguyện với thánh Allah. Và khi bạn đọc những dòng [cầu nguyện] này, hãy phát nguyện nuôi dưỡng các giá trị tinh thần của mình. Nếu bạn không có tín ngưỡng, bạn có thể suy ngẫm về thực tế cơ bản là tất cả chúng sinh đều mong muốn được hạnh phúc và khát khao vượt qua khổ đau, không khác gì bạn. Nhận ra được điều này rồi, bạn hãy phát nguyện nuôi dưỡng một tấm lòng nhân hậu. Điều quan trọng nhất là ta phải có một trái tim nồng nhiệt. Khi chúng ta vẫn là một phần của xã hội loài người thì điều rất quan trọng là hãy làm một người tử tế và tốt bụng.

Mong sao người nghèo được giàu có,

Những ai yếu đuối buồn phiền đều được an vui.

Mong sao những ai tuyệt vọng tìm thấy niềm hy vọng mới,

Cùng hạnh phúc lâu bền và sự thịnh vượng.

Mong sao những ai sợ hãi sẽ thôi không còn sợ.

Và những ai bị trói buộc sẽ được tự do,

Mong sao người yếu đuối có được sức mạnh,

Và mong sao những tâm hồn ấy đến với nhau trong tình thân hữu.

Bản dịch thơ

Mong sao kẻ nghèo hèn khốn khó,

Sớm tìm ra phương cách thoát nghèo;

Những ai yếu đuối muộn phiền,

Được nguồn sinh lực dồi dào sống vui.

Mong sao kẻ dứt đường hy vọng,

Sớm có nơi nương tựa tinh thần,

Được nguồn hạnh phúc bền lâu,

Sống trong thịnh vượng, mong cầu gì hơn!

CHƯƠNG I

KHÁT KHAO NIỀM HẠNH PHÚC

Tôi hy vọng là độc giả sẽ rút ra được từ tập sách nhỏ này một sự hiểu biết căn bản về đạo Phật cũng như một số trong những phương pháp quan trọng mà các hành giả Phật giáo đã vận dụng để nuôi dưỡng lòng từ bi và trí tuệ trong cuộc sống. Các phương pháp được đề cập trong những chương sau được rút ra từ ba tập thánh điển của đạo Phật:

1. *"Các giai đoạn Thiền định"* (bản văn trung bình), chứa đựng những điểm tinh yếu của mọi tông phái Phật giáo, tác giả là Đại sư Liên Hoa Giới (Kamalashila), một bậc thầy Ấn Độ đã giúp phát triển và làm sáng tỏ việc thực hành Phật pháp ở Tây Tạng;

2. *"Ba mươi bảy Pháp hành Bồ Tát đạo"* do ngài Togmay Sangpo biên soạn;

3. *"Tám bài kệ điều tâm"*, của ngài Langri Tangpa.

Tôi muốn nhấn mạnh ngay từ đầu rằng, không nhất thiết phải là Phật tử mới vận dụng được những kỹ năng thiền định này. Trong thực tế, những kỹ năng này tự nó không đưa đến sự giác ngộ hay một trái tim từ bi và rộng mở. Điều đó tùy thuộc vào bạn, tùy thuộc vào sự nỗ lực và động cơ bạn sẽ vận dụng vào sự thực hành tâm linh của mình.

Mục đích của sự thực hành tâm linh là để thỏa mãn niềm khát khao hạnh phúc. Tất cả chúng ta đều bình đẳng trong sự mong cầu hạnh phúc và vượt qua đau khổ, và tôi tin rằng tất cả chúng ta đều có quyền được thỏa mãn khát vọng này.

Khi nhìn vào những hạnh phúc mà ta tìm cầu cũng như những đau khổ mà ta tránh né, thì nổi bật nhất chính là những cảm thọ thích thú (lạc thọ) và khó chịu (khổ thọ) mà ta có được như là kết quả của những kinh nghiệm giác quan đối với mùi vị, âm thanh, sự xúc chạm và những hình sắc được tiếp xúc quanh ta. Tuy nhiên, còn có một mức độ kinh nghiệm khác. Hạnh phúc chân thật phải đạt được ở cả mức độ tinh thần nữa.

Nếu so sánh những mức độ hạnh phúc tinh thần và thể chất, ta sẽ thấy các trải nghiệm khổ đau và vui thích thuộc phạm trù tinh thần thật sự mạnh mẽ hơn. Chẳng hạn, dù ta có thể đang sống trong một môi trường rất thích ý, nhưng nếu tinh thần ta buồn chán hay có điều gì đó đang làm ta quan tâm sâu sắc, thì hầu như ta sẽ không nhận biết gì về môi trường xung quanh. Ngược lại, nếu có được hạnh phúc nội tâm thì ta sẽ thấy dễ dàng hơn khi đối mặt với những thử thách hay nghịch cảnh. Điều này nói lên rằng, những kinh nghiệm khổ đau và vui thích của ta ở mức độ tư tưởng và cảm xúc là mạnh mẽ hơn so với ở mức độ thể chất.

Khi phân tích những kinh nghiệm tinh thần, ta nhận ra rằng những cảm xúc mạnh mẽ trong ta (như sự tham muốn, căm ghét và giận dữ...) có khuynh hướng không mang đến cho ta niềm hạnh phúc thật sâu xa hay lâu bền. Những tham muốn được thỏa mãn có thể cho ta một cảm giác hài lòng tạm bợ; tuy nhiên, sự thích thú mà ta trải nghiệm khi có được chiếc xe hơi mới hay ngôi nhà mới chẳng hạn, thường rất ngắn ngủi. Khi ta buông thả những tham muốn, chúng có khuynh hướng gia tăng cường độ và nhân thêm số lượng. Ta trở nên đòi hỏi nhiều hơn và ít hài lòng hơn, và càng khó khăn hơn trong việc thỏa mãn những nhu cầu của mình. Theo cách nhìn của đạo Phật, sự căm ghét, sân hận và tham ái là những cảm xúc phiền não, với ý nghĩa đơn giản là chúng có khuynh hướng làm cho ta phiền muộn. Sự phiền muộn khởi sinh từ những bất an tinh thần theo sau sự hiện hành của những cảm xúc phiền não này. Một trạng thái bất an tinh thần kéo dài thậm chí có thể gây hại đến sức khỏe của chúng ta.

Những cảm xúc phiền não này từ đâu sinh ra? Theo quan điểm của đạo Phật, chúng có nguồn gốc từ những tập khí được nuôi dưỡng trong quá khứ. Trước khi hiện hữu cùng ta trong kiếp sống này, những cảm xúc phiền não được cho là đã bám theo ta từ những kiếp sống quá khứ, khi ta từng trải nghiệm và buông thả bản thân trong những cảm xúc tương tự. Nếu ta tiếp tục dung dưỡng, chúng sẽ trở nên lớn mạnh hơn nữa và ngày càng chi phối ta nhiều hơn. Vì thế, sự tu tập tâm linh là tiến trình điều phục những cảm xúc phiền não và làm giảm nhẹ cường độ của chúng. Để đạt được hạnh phúc rốt ráo, những cảm xúc phiền não nhất thiết phải được loại bỏ hoàn toàn.

Trong ta cũng sẵn có hàng loạt những khuôn mẫu ứng xử tinh thần được nuôi dưỡng một cách có ý thức, thiết lập trên cơ sở lý lẽ hoặc như là kết quả của môi trường văn hóa. Luân lý, luật pháp và tín ngưỡng tôn giáo đều là những ví dụ cho thấy cung cách ứng xử của chúng ta có thể được định hướng như thế nào bởi những sự giới hạn từ bên ngoài. Ban sơ, những cảm xúc tích cực có được từ việc nuôi dưỡng các phẩm chất tự nhiên tốt đẹp hơn của chúng ta có thể là yếu ớt, nhưng ta có thể làm cho chúng mạnh mẽ hơn lên thông qua việc không ngừng tu tập, nhờ đó giúp cho sự trải nghiệm hạnh phúc và mãn nguyện nội tâm của ta trở nên mạnh mẽ hơn so với một cuộc sống buông thả theo các cảm xúc hoàn toàn được thôi thúc [bởi ngoại cảnh].

GIỚI HẠNH VÀ SỰ HIỂU BIẾT VỀ BẢN CHẤT SỰ VẬT

Khi khảo sát sâu hơn và nhiều hơn những tư tưởng, cảm xúc [sinh khởi] do sự thôi thúc [từ ngoại cảnh], ta thấy rằng ngoài việc làm cho ta bất an, chúng còn có khuynh hướng tạo ra "những phóng tưởng tinh thần". Điều này có ý nghĩa chính xác là gì? Các phóng tưởng tạo ra sự tương tác xúc cảm mạnh mẽ giữa bản thân chúng ta và các đối tượng bên ngoài: những người hay vật mà ta tham muốn. Chẳng hạn, khi ta bị cuốn hút bởi một điều gì, ta thường có khuynh hướng khuếch đại phẩm chất, xem đó như là hoàn toàn tốt đẹp hay hoàn toàn đáng mong muốn, và trong ta tràn ngập một sự khao khát phải có được đối tượng đó. Chẳng hạn, một phóng tưởng khuếch đại có thể làm ta có cảm giác rằng cái máy vi tính mới hơn, hiện đại hơn sẽ có thể đáp ứng tất cả các nhu cầu và giải quyết được mọi vấn đề bất ổn của ta.

Tương tự, nếu ta thấy điều gì đó không hài lòng, ta thường có khuynh hướng bóp méo các phẩm chất của nó theo hướng khác đi. Một khi ta khởi tâm hướng đến một máy vi tính mới, cái máy cũ vốn đã phục vụ ta rất tốt trong nhiều năm bỗng nhiên bắt đầu có những phẩm chất đáng chê bai và rồi ngày càng tỏ ra nhiều khiếm khuyết hơn. Tương quan cảm nhận của ta với chiếc máy vi tính cũ ngày càng xấu hơn bởi những phóng tưởng này. Và rồi điều này cũng đúng cả với [đối tượng là] con người cũng như các vật sở hữu. Một ông chủ rắc rối hay người cộng sự khó tính được xem như sẵn có bản chất xấu. Ta cũng đưa ra những xét đoán thẩm mỹ theo cách như thế với các đối tượng không hợp sở thích của ta, cho dù chúng được chấp nhận một cách hoàn hảo đối với những người khác.

Khi suy ngẫm về cách thức chúng ta hình thành những xét đoán của mình về người khác cũng như về các đối tượng vật thể, tình huống, dù là theo hướng tiêu cực hay tích cực, ta có thể bắt đầu nhận hiểu được rằng, những cảm xúc và ý tưởng càng hợp lý thì càng phải dựa trên nền tảng thực tế. Sở dĩ như vậy là vì tiến trình suy nghĩ càng hợp lý thì càng ít có khả năng chịu ảnh hưởng bởi các phóng tưởng. Một trạng thái tinh thần hợp lý như vậy sẽ phản ánh xác thực hơn về cách thức mà sự vật thật sự hiện hữu, hay thực chất của tình huống. Vì thế tôi tin rằng, việc nuôi dưỡng một nhận thức chính xác về cách thức hiện hữu thực sự của sự vật là thiết yếu để đạt đến hạnh phúc.

Chúng ta hãy thử tìm hiểu xem điều này có thể được vận dụng vào sự rèn luyện tinh thần của ta như thế nào. Chẳng hạn, khi ta nỗ lực phát triển phạm trù đạo đức, thì trước hết ta phải hiểu được giá trị của việc khép mình vào khuôn khổ ứng xử đạo đức. Đối với người Phật tử, cung cách ứng xử đạo đức có nghĩa là tránh không làm mười điều bất thiện. Có ba loại hành vi bất thiện: hành vi được thực hiện bởi thân (hành động), hành vi được thực hiện bởi khẩu (lời nói), và những tư tưởng bất thiện của ý. Ta phải kiềm chế không thực hiện ba hành vi bất thiện của thân là: giết hại, trộm cắp và tà dâm (quan hệ tình dục bất chính); bốn hành vi bất thiện của khẩu là: nói dối, nói lời gây chia rẽ, nói lời gây tổn hại và nói lời vô nghĩa; ba hành vi bất thiện của ý là: tham lam, ác độc và tà kiến.

Ta có thể hiểu được rằng việc phát triển những giới hạnh như trên chỉ có thể thực hiện được khi ta đã nhận biết được hậu quả của những hành vi bất thiện này. Chẳng hạn như, nói lời vô nghĩa thì có gì sai trái? Nếu ta buông thả trong việc nói lời vô nghĩa thì sẽ có những hậu quả gì? Trước hết ta phải suy ngẫm lại về cách thức mà việc ngồi lê đôi mách hướng ta đến việc nói xấu người khác, lãng phí nhiều thời gian và khiến ta không hoàn thành trách vụ. Tiếp đến, ta xem xét đến thái độ của mình đối với những người hay ngồi lê đôi mách, ta thật sự không tin tưởng vào họ như thế nào, và sẽ không thấy tin cậy để xin họ lời khuyên hay đặt niềm tin để nói gì với họ. Có lẽ bạn còn có thể nghĩ đến những khía cạnh không tốt khác nữa của việc nói lời vô nghĩa. Sự suy ngẫm như thế giúp ta tự kiềm chế mỗi khi sắp nói ra những lời vô nghĩa. Tôi tin rằng, chính những thực hành quán chiếu tưởng chừng như sơ đẳng nhất này là phương pháp hiệu quả nhất để mang lại những thay đổi cơ bản cần thiết cho việc tìm cầu hạnh phúc của chúng ta.

QUY Y TAM BẢO

Ngay từ bước đầu đến với đạo Phật, mối quan hệ giữa sự nhận hiểu về cách thức hiện hữu thực sự của sự vật với thái độ tinh thần của chúng ta là rất quan trọng. Chính qua mối quan hệ này mà ta xác lập rằng mình là người tin theo đức Phật. Một người Phật tử được định nghĩa là người đi tìm sự nương tựa tuyệt đối nơi đức Phật, nơi giáo lý của Ngài, được gọi là Pháp, và nơi Tăng đoàn, tức là cộng đồng tâm linh tu tập theo giáo pháp ấy. Những sự nương tựa này được gọi là Quy y Tam bảo.

Để có thể phát khởi tâm nguyện nương tựa hoàn toàn nơi Tam bảo, trước hết ta phải thừa nhận sự không hài lòng với thực trạng bất toàn hiện tại trong đời sống, và ta nhất thiết phải nhận ra bản chất khổ đau của đời sống. Dựa trên một nhận thức sâu sắc, chân thật như thế, ta sẽ tự nhiên mong muốn thay đổi thực trạng và chấm dứt khổ đau của mình. Và rồi ta có sự thôi thúc phải đi tìm một phương cách để đạt được điều đó. Khi tìm được một phương pháp như thế, ta sẽ xem đó như là một chỗ nương tựa hoặc nơi chở che, trú ẩn để thoát khỏi sự khổ đau mà ta mong muốn dứt bỏ. Phật, Pháp và Tăng được xem là đã ban cho ta một nơi trú ẩn như thế và do đó có thể là nơi nương tựa để ta tránh khỏi mọi khổ đau. Chính trong tinh thần này mà người Phật tử quay về nương theo nơi Tam bảo.

Trước khi tìm nơi nương tựa để thoát khỏi khổ đau, ta nhất thiết phải nhận thức sâu sắc hơn về bản chất của đau khổ và những nguyên nhân của nó. Điều này làm tăng thêm mong muốn tìm kiếm một sự bảo vệ cho ta trước mọi khổ đau. Một tiến trình tinh thần như thế, kết hợp giữa nghiên cứu và suy ngẫm, nhất thiết cũng phải được vận dụng để phát triển nhận thức của ta về những phẩm tính của đức Phật. Điều này giúp ta hiểu được giá trị của phương pháp mà Ngài đã sử dụng để thành tựu những phẩm tính này: tức là giáo lý của Ngài, hay Giáo pháp. Từ đó ta sẽ nảy sinh sự tôn kính đối với Tăng đoàn, những hành giả tâm linh dành trọn đời mình để thực hành Giáo pháp. Sự suy ngẫm như thế giúp ta củng cố hơn nữa ý thức tôn kính đối với sự quy y, cũng như quyết tâm thực hành tu tập hằng ngày.

Là Phật tử, khi ta quy y Giáo pháp, ngôi thứ hai trong Tam bảo, ta thật sự nương theo triển vọng rốt ráo sẽ giải thoát khỏi mọi khổ đau cũng như tiến trình hay phương thức để đạt đến trạng thái giải thoát đó. Con đường tu tập, hay tiến trình vận dụng giáo lý thông qua sự tu tập tâm linh tỉnh thức, được gọi là Pháp. Trạng thái giải thoát khỏi mọi khổ đau cũng có thể được gọi là Pháp, vì đó là kết quả của việc áp dụng Giáo pháp.

Khi ta phát triển sự hiểu biết và niềm tin vào Chánh pháp, ta càng tăng thêm sự trân quý đối với Tăng-già, những người từng đạt được trạng thái giải thoát khỏi khổ đau, trong quá khứ cũng như hiện tại. Khi đó ta sẽ có thể hình dung được khả năng thật có của một con người đạt đến sự giải thoát hoàn toàn khỏi mọi khía cạnh xấu ác của tâm thức: một vị Phật. Và khi nhận thức về bản chất khổ đau của đời sống phát triển, thì ta càng trân quý hơn nữa đối với Phật, Pháp và Tăng-già, Ba ngôi báu mà ta quay về nương tựa. Điều này củng cố hơn nữa tâm nguyện của ta đặt trọn niềm tin vào sự che chở, hộ trì của Tam bảo.

Khi mới bước chân vào con đường tu tập Phật pháp, ta có thể nhận hiểu về sự cần thiết phải nương tựa nơi Tam Bảo hoàn toàn bằng lý trí. Điều này đặc biệt xảy ra với những ai không được lớn lên trong một môi trường tín ngưỡng. Vì Tam bảo luôn có những khái niệm tương đương trong các truyền thống tôn giáo khác, nên [so với những người không có tín ngưỡng thì] những ai được lớn lên trong những môi trường tín ngưỡng như thế thường dễ dàng hơn trong việc thừa nhận giá trị của Tam bảo.

VƯỢT THOÁT LUÂN HỒI

Cuối cùng, một khi ta nhận ra được thực trạng khổ đau của mình, một thực trạng khổ đau bao trùm khắp thảy, do chính những cảm xúc phiền não như tham luyến và sân hận đã gây ra cho ta. Khi ấy, ta sẽ phát triển một cảm giác chán nản và ghê sợ thực trạng khổ đau trước mắt. Và rồi chính điều này lại nuôi dưỡng lòng khao khát tự mình giải thoát khỏi trạng thái tâm thức hiện tại, những vòng xoay bất tận của những khổ đau và bất toại nguyện. Khi sự quan tâm của ta hướng về người khác với mong muốn giúp họ thoát khỏi khổ đau - đó chính là lòng bi mẫn.[1] Tuy nhiên, chỉ khi nào ta thừa nhận thực trạng khổ đau của chính mình

---

[1] Kinh văn Hán tạng định nghĩa lòng từ bi là: "Từ năng dữ lạc, bi năng bạt khổ." (Lòng từ thường mang đến niềm vui [cho người khác], lòng bi thường cứu thoát [người khác] khỏi mọi khổ đau.) Ở đây định nghĩa về lòng bi của đức Đạt-lai Lạt-ma cũng hoàn toàn phù hợp như vậy.

và phát triển tâm nguyện tự mình giải thoát khỏi mọi khổ đau, thì mong muốn cứu giúp người khác thoát khỏi đau khổ mới thực sự là có ý nghĩa. Chúng ta cần phải phát khởi thệ nguyện tự mình giải thoát khỏi vũng lầy luân hồi sinh tử này rồi sau đó mới có thể khởi lên lòng bi mẫn chân thật.

Để có thể khởi tâm chán lìa luân hồi, trước hết, ta nhất thiết phải nhận ra rằng tất cả chúng ta đều không tránh khỏi cái chết. Ta sinh ra cùng với mầm mống sẽ dẫn đến cái chết của chính mình. Ngay từ lúc sinh ra, ta đã bắt đầu tiến dần đến với cái chết không tránh khỏi này. Ta cũng nhất thiết phải suy ngẫm về việc ta không thể biết trước mình sẽ chết vào thời điểm nào. Cái chết không đợi cho ta sắp xếp ổn thỏa cuộc đời mình. Nó đến bất chợt không hề báo trước. Vào lúc ta chết đi, bạn bè, gia đình, những vật sở hữu quí giá mà ta đã tỉ mỉ tích cóp trong suốt cả cuộc đời, đều trở thành vô giá trị. Ngay cả thân thể quí báu, cái phương tiện để ta có được đời sống này, cũng trở thành vô dụng. Những suy ngẫm như vậy giúp ta giảm bớt các mối bận tâm lo lắng trong cuộc sống hiện tại. Điều này cũng bắt đầu tạo ra nền tảng giúp ta khởi sinh một trí tuệ bi mẫn nhận hiểu được việc người khác thấy khó khăn như thế nào trong sự buông bỏ những mối lo toan do chấp ngã.

Tuy nhiên, điều cốt yếu là ta phải nhận ra được giá trị lớn lao của việc được sinh làm người, với cơ hội và tiềm năng mà cuộc sống ngắn ngủi này mang lại cho ta. Chỉ khi được làm người, chúng ta mới có được khả năng thực hiện những thay đổi trong đời sống của mình. Thú vật có thể được dạy cho những trò diễn phức tạp và có những đóng góp không thể phủ nhận cho xã hội. Nhưng năng lực tinh thần hạn chế không cho phép chúng bước vào phạm trù đạo đức một cách có ý thức để trải nghiệm sự thay đổi tinh thần thật sự trong đời sống. Những suy nghĩ như vậy sẽ thôi thúc ta phải làm sao cho kiếp người của mình trở nên có mục đích và ý nghĩa.

THIỆN TRI THỨC VÀ SỰ DẪN DẮT TÂM LINH

Ngoài việc tu tập thiền định thì một cuộc sống có trách nhiệm cũng là điều quan trọng. Ta phải tránh xa ảnh hưởng của những người bạn xấu, những kẻ vô đạo đức có thể dẫn ta đi lầm đường lạc lối.

Đánh giá người khác không phải lúc nào cũng dễ dàng, nhưng ta có thể thấy được những lối sống nhất định nào đó sẽ đưa ta vào con đường thiếu chân chính. Một người tử tế và hiền hậu có thể dễ dàng chịu ảnh hưởng của những bạn bè không đáng tin cậy để rồi đi theo con đường thiếu đạo đức. Ta phải thận trọng tránh xa những ảnh hưởng tiêu cực như thế và phải vun đắp những tình bạn chân thành, với những người bạn có thể giúp cho kiếp người của ta trở nên có ý nghĩa và mục đích về mặt tâm linh.

Trong các mối quan hệ thì vị thầy tâm linh của ta là cực kỳ quan trọng. Điều cốt yếu là vị thầy mà ta theo học phải có đủ phẩm tính. Thông thường thì ta luôn tìm cầu một người thầy có đủ khả năng để dạy cho ta về một bộ môn nào đó mà ta muốn học. Một người cho dù có thể là thầy dạy vật lý rất giỏi, nhưng lại không đủ phẩm chất cần thiết để dạy ta triết học. Một vị thầy tâm linh nhất thiết phải có đủ các phẩm chất để truyền dạy những gì ta cầu học. Danh tiếng, sự giàu có và quyền lực không phải là những phẩm chất của một vị thầy tâm linh! Ta phải chắc chắn rằng vị thầy của ta có kiến thức tâm linh, kiến thức về giáo lý mà vị ấy truyền dạy cũng như kiến thức trải nghiệm thực chứng từ sự tu tập và nếp sống của ngài.

Tôi muốn nhấn mạnh, chính chúng ta phải có trách nhiệm

chọn lựa để chắc chắn rằng vị thầy mà ta theo học phải thật sự có phẩm chất thích hợp. Ta không thể dựa vào những lời nói của người khác hoặc vào những gì ai đó có thể nói về chính bản thân họ. Để tìm hiểu một cách đúng đắn về những phẩm chất nơi một vị thầy tương lai, ta phải có một số kiến thức về các giáo lý trọng tâm của đạo Phật và phải biết được những phẩm chất nào là cần thiết để vị ấy có thể làm thầy ta. Ta nên lắng nghe một cách khách quan những lời dạy của vị ấy và quan sát cung cách ứng xử của vị ấy qua một thời gian. Thông qua những phương thức đó, ta sẽ có thể xác định được một vị thầy có đủ phẩm chất để dẫn dắt ta trên con đường tu tập tâm linh hay không.

Có người nói rằng, ta nên sẵn lòng dành ra một thời gian thẩm xét có thể lâu đến 12 năm để chắc chắn rằng vị thầy ta chọn là có đủ phẩm chất. Tôi không nghĩ điều này là hoang phí thời gian. Ngược lại, khi ta càng nhận thấy một cách rõ ràng hơn những phẩm chất của một vị thầy, thì vị thầy ấy lại càng có giá trị nhiều hơn đối với ta. Nếu ta vội vàng và dấn thân đi theo một vị thầy không có phẩm chất, kết quả thường sẽ rất nguy hại. Vì vậy, hãy dành thời gian để thẩm xét trước những vị thầy mà bạn muốn theo học, cho dù đó là những người theo Phật giáo hay thuộc một tín ngưỡng nào khác.

CHƯƠNG II
THIỀN TẬP - BƯỚC KHỞI ĐẦU

Trong chương này, chúng ta tìm hiểu những kỹ năng để chuyển đổi tâm thức từ những cung cách suy nghĩ theo thói quen sang những cung cách suy nghĩ đạo đức hơn. Có hai phương pháp thiền tập được sử dụng trong sự tu tập của chúng ta. Phương pháp thứ nhất là thiền quán, phương tiện để giúp ta tự mình trở nên quen thuộc dần với những tư tưởng và khuynh hướng tinh thần mới. Phương pháp thứ hai là thiền chỉ, tập trung tâm ý vào một đối tượng đã chọn.

Mặc dù tất cả chúng ta đều tự nhiên khao khát hạnh phúc và mong muốn vượt qua đau khổ, nhưng ta vẫn phải tiếp tục trải qua khổ đau. Tại sao vậy? Đạo Phật dạy rằng, chúng ta thật sự góp phần vào những nguyên nhân và điều kiện gây ra những khổ đau cho chính mình, và thường không sẵn lòng thực hiện những hành vi có thể dẫn đến hạnh phúc lâu dài hơn. Sao lại có thể như thế? Vì trong cuộc sống thường ngày, ta buông thả mình theo sự sai xử của những suy tưởng và cảm xúc mạnh mẽ [vốn không tốt đẹp], và rồi điều này lại khơi dậy những trạng thái tâm thức xấu ác. Chính do cái chu kỳ luẩn quẩn này mà ta không chỉ duy trì mãi mãi những khổ đau của bản thân, mà còn cả những khổ đau của người khác nữa. Ta phải quyết tâm định hướng đời mình và đảo ngược các khuynh hướng này, thay thế chúng bằng các thói quen mới. Như một cành mới ghép lên thân cây già cỗi, cuối dùng sẽ hấp thu sự sống từ thân cây ấy và tạo thành một sự sống mới, ta phải nuôi dưỡng các khuynh hướng mới bằng cách phát triển một cách có ý thức những thực hành đạo đức. Đây là ý nghĩa chân chính và cũng là đối tượng của việc thực hành thiền.

Suy ngẫm về bản chất khổ đau của đời sống và xem xét các phương pháp để chấm dứt khổ đau là một hình thức của thiền. Quyển sách này là một hình thức của thiền. Tiến trình làm chuyển hóa khuynh hướng thiên về bản năng trong cuộc sống, tức là trạng thái tâm thức chỉ hướng đến thỏa mãn những khao khát và tránh né những gì khó chịu, chính là ý nghĩa được dùng của danh từ *thiền*. Chúng ta có khuynh hướng bị khống chế bởi tâm thức mình và đi theo con đường vị kỷ của nó. Thiền là tiến trình giúp ta đạt được sự kiểm soát tâm thức và hướng tâm theo một chiều hướng đức hạnh hơn. Thiền có thể được xem như một kỹ năng giúp ta làm suy yếu sức mạnh của các thói quen suy nghĩ cũ và phát triển những thói quen mới. Nhờ đó chúng ta tự bảo vệ mình không rơi vào những suy tưởng, lời nói hay việc làm dẫn đến đau khổ. Pháp thiền như thế được sử dụng rất nhiều trong sự tu tập tâm linh của chúng ta.

Kỹ năng này tự nó không thuộc về Phật giáo. Như các nhạc sĩ rèn luyện đôi tay, các vận động viên rèn luyện phản xạ và kỹ thuật, các nhà ngôn ngữ rèn luyện đôi tai, các học giả rèn luyện sự nhận thức, chúng ta điều khiển trí óc và tâm hồn mình cũng giống như thế.

Thế nên, việc tự mình làm quen dần với các khía cạnh khác nhau của sự tu tập tâm linh là một hình thức của thiền. Nếu chỉ đọc để biết qua về chúng một lần thôi thì sẽ chẳng được lợi ích gì nhiều. Nếu bạn quan tâm thì việc suy ngẫm về các chủ đề đã đề cập sẽ rất hữu ích, như chúng ta đã suy ngẫm trong chương trước về hành vi bất thiện là nói lời vô nghĩa, và sau đó nghiên cứu sâu hơn về các chủ đề ấy để mở rộng sự hiểu biết của bạn. Càng khám phá nhiều hơn về một vấn đề và biến nó thành đối tượng thẩm sát tinh thần, thì bạn càng hiểu được vấn đề ấy một cách sâu sắc hơn. Điều này giúp bạn có thể thẩm định được chân giá trị của vấn đề đó. Nếu thông qua phân tích bạn chứng minh được điều gì đó là không đúng thật, hãy gạt nó sang một bên. Tuy nhiên, nếu bạn tự mình xác lập được một điều gì đó là đúng thật, thì niềm tin của bạn vào sự đúng thật ấy sẽ có sự kiên định mạnh mẽ. Toàn bộ tiến trình nghiên cứu và khảo sát này nên được xem như một hình thức của thiền.

Chính đức Phật từng dạy rằng: "Này các tỳ-kheo và những người có trí, đừng chấp nhận những lời ta nói chỉ vì lòng tôn kính. Hãy phân tích phản biện và chỉ chấp nhận những lời ấy dựa trên sự hiểu biết của chính mình." Tuyên bố nổi bật này có nhiều hàm ý. Điều rõ ràng là đức Phật dạy ta khi ta đọc một bản văn không nên chỉ dựa hoàn toàn vào danh tiếng của tác giả, mà tốt hơn là phải dựa vào nội dung bản văn. Và khi nắm bắt nội dung, ta nên dựa vào chủ đề và ý nghĩa của nó hơn là phong cách văn chương. Khi xem xét về chủ đề, ta nên dựa vào sự hiểu biết thực nghiệm của mình hơn là dựa vào sự nhận hiểu theo lý trí.

Nói một cách khác, cuối cùng ta phải phát triển được nhiều hơn là chỉ thuần túy những kiến thức học thuật về Giáo pháp. Ta phải gieo cấy được các chân lý trong Phật pháp vào sâu thẳm trong sự hiện hữu của chính ta, sao cho các chân lý đó được phản ánh ngay trong đời sống. Lòng bi mẫn sẽ chẳng có giá trị gì nếu chỉ duy trì trong ý tưởng. Nó phải được biến thành thái độ hướng đến người khác, phản ánh trong mọi suy nghĩ và hành động của ta. Và chỉ đơn thuần khái niệm về khiêm tốn sẽ không làm giảm bớt tính kiêu căng, khái niệm đó nhất thiết phải được biến thành cách sống thật sự của ta.

TRỞ NÊN QUEN THUỘC VỚI ĐỐI TƯỢNG ĐÃ CHỌN

Trong tiếng Tây Tạng, danh từ thiền được dịch là *gom*, có nghĩa là "làm cho quen thuộc". Khi ta vận dụng thiền trong sự tu tập, đó chính là ta tự làm cho mình quen thuộc với một đối tượng đã chọn trước. Đối tượng này không nhất thiết phải là một vật thể như là hình tượng Phật hay chúa Giê-su trên thánh giá. "Đối tượng được chọn" có thể là một phẩm chất tinh thần, chẳng hạn như đức nhẫn nhục, mà ta đang nỗ lực nuôi dưỡng trong lòng mình bằng phương tiện thiền quán. Đối tượng ấy cũng có thể là sự luân lưu nhịp nhàng của hơi thở, mà ta tập trung vào để làm tĩnh lặng tâm thức đang xao động. Và đó cũng có thể chỉ đơn thuần là sự sáng suốt và nhận biết - hay tâm thức mà ta đang cố nhận hiểu về bản chất. Tất cả những kỹ năng này sẽ được miêu tả sâu sắc ở những trang sau. Thông qua phương tiện là những kỹ năng đó, kiến thức của ta về đối tượng được chọn sẽ phát triển.

Lấy ví dụ như khi tìm hiểu kỹ về các loại xe hơi để chọn mua, ta đọc qua những thông tin về các ưu điểm và nhược điểm của các hiệu xe khác nhau và phát triển một sự nhận biết về những tính chất của một hiệu xe cụ thể được chọn. Qua việc suy ngẫm về những tính chất này, ta càng đánh giá cao hơn về chiếc xe đó, và niềm khao khát được sở hữu nó cũng tăng theo. Ta có thể nuôi dưỡng các đức tính như nhẫn nhục và khoan dung theo cách thức rất giống như thế. Ta làm điều này bằng cách quán chiếu về những phẩm chất cấu thành đức nhẫn nhục, về sự thanh thản trong tâm hồn nhờ thực hành nhẫn nhục, về môi trường hòa hợp được tạo ra, và sự tôn trọng mà người khác dành cho ta nhờ có đức nhẫn nhục. Ta cũng nỗ lực để nhận ra những mặt xấu khi không có đức nhẫn nhục, như sự sân hận và không hài lòng mà ta phải gánh chịu, sự e sợ và lòng căm thù nghịch mà nó tạo ra ở những người quanh ta. Bằng sự chuyên cần duy trì những suy tưởng quán chiếu như thế, đức nhẫn nhục trong ta sẽ tự nhiên phát triển dần, mạnh mẽ hơn qua từng ngày, từng tháng, từng năm. Sự điều phục tâm ý là một tiến trình lâu dài. Nhưng một khi tâm nhẫn nhục được thuần thục thì niềm vui mà nó mang lại sẽ lâu bền hơn so với [khi ta có được] bất kỳ chiếc xe hơi nào.

Trong đời sống hằng ngày, thật ra ta rất thường đi vào trạng thái suy ngẫm quán chiếu giống như vậy. Chúng ta đặc biệt tài ba trong việc phát triển sự quen thuộc với những khuynh hướng bất thiện! Khi bực tức với một ai đó, ta có thể suy ngẫm về những khiếm khuyết của người ấy và nảy sinh một sự quy lỗi ngày càng mạnh mẽ hơn đối với cái bản chất chưa hẳn thật có của họ. Tâm ý ta duy trì sự chú tâm vào "đối tượng" của sự suy ngẫm như thế, và vì thế sự khinh miệt của ta đối với người ấy càng tăng thêm. Ta cũng suy ngẫm và phát triển sự quen thuộc với các chủ đề được chọn khi ta chú tâm vào một sự vật hay người ta yêu thích. Hầu như ta không cần đến sự thúc đẩy nào để duy trì sự chú tâm đó. Khi ta nuôi dưỡng thiện tâm, sự chú tâm trở nên khó khăn hơn nhiều. Đây là một biểu hiện chắc chắn cho thấy sự lấn át mạnh mẽ biết bao của những cảm xúc luyến ái và tham muốn!

Có nhiều hình thức của thiền. Một số hình thức không đòi hỏi bối cảnh theo nghi thức hoặc một tư thế đặc biệt của cơ thể. Bạn có thể thiền trong khi đang lái xe hoặc đi bộ, trong khi ngồi trên xe buýt hoặc xe lửa, và thậm chí trong khi đang tắm. Nếu bạn muốn dành ra một thời gian cụ thể cho việc thực hành tâm linh chuyên chú hơn, thì một thời thiền chính thức vào mỗi buổi sáng sớm là rất có lợi, vì đó là lúc tinh thần tỉnh táo và sáng suốt nhất. Việc ngồi thiền trong một môi trường yên tĩnh và giữ lưng thật thẳng sẽ rất có lợi, vì điều này giúp bạn duy trì sự tập trung tâm ý. Tuy nhiên, điều quan trọng là phải nhớ rằng, bất cứ nơi đâu và bất kỳ khi nào có thể được, bạn nhất thiết phải nuôi dưỡng những thói quen tinh thần đạo đức. Bạn không thể chỉ giới hạn việc thực hành thiền trong những buổi ngồi thiền chính thức.

PHÁP THIỀN QUÁN CHIẾU (THIỀN QUÁN)

Như tôi đã nói, có hai phương pháp thiền được sử dụng trong việc suy ngẫm và tiếp nhận các chủ đề tôi trình bày trong sách này. Trước hết là pháp thiền quán chiếu *(thiền quán)*. Với pháp thiền này, sự quen thuộc với một đối tượng đã chọn được phát triển qua tiến trình lý luận phân tích - đối tượng đó có thể là chiếc xe hơi bạn đang thèm khát, hoặc là lòng từ bi, đức nhẫn nhục mà bạn nỗ lực để sinh khởi. Ở đây, bạn không chỉ thuần túy tập trung vào một đề tài [quán chiếu]. Đúng hơn, bạn đang phát triển một cảm giác gần gũi hoặc cảm thông với đối tượng đã chọn bằng cách chuyên cần vận dụng khả năng phân tích phê phán của bạn. Đây là phương pháp thiền mà tôi sẽ nhấn mạnh khi chúng ta tìm hiểu về các chủ đề khác nhau cần được nuôi dưỡng, phát triển trong thực hành tâm linh của chúng ta. Một số chủ đề này đặc biệt chỉ có trong sự tu tập của đạo Phật, một số khác thì không. Tuy nhiên, một khi bạn đã phát triển sự quen thuộc với đề tài thông qua phương tiện quán xét như thế, thì việc duy trì sự chú tâm vào đề tài đó bằng pháp thiền định tâm (thiền chỉ) là rất quan trọng để giúp thấu hiểu sâu sắc hơn.

PHÁP THIỀN ĐỊNH TÂM (THIỀN CHỈ)

Phương pháp thứ hai là thiền định tâm *(thiền chỉ)*. Sự định tâm này xuất hiện khi ta hướng tâm vào một chủ đề đã chọn mà không có bất kỳ sự phân tích hoặc suy tưởng nào. Khi thiền quán về lòng bi mẫn chẳng hạn, ta phát triển sự cảm thông đối với người khác và nỗ lực để nhận biết nỗi khổ đau mà họ đang chịu đựng. Ta làm được điều này thông qua sự quán chiếu phân tích. Tuy nhiên, một khi ta đã có được cảm xúc bi mẫn trong tâm hồn, một khi ta thấy được rằng thiền quán đã thay đổi một cách tích cực thái độ của ta đối với người khác, ta sẽ tiếp tục duy trì ổn định trong cảm xúc bi mẫn đó, không khởi sinh suy tưởng nào nữa. Điều này giúp cho lòng bi mẫn của ta trở nên sâu sắc hơn. Khi ta cảm nhận được cảm xúc bi mẫn của mình đang yếu ớt dần đi, ta có thể quay lại với pháp thiền quán để làm sống lại sự cảm thông và quan tâm của ta [đối với người khác] trước khi tiếp tục với pháp thiền chỉ.

Khi đã thuần thục hơn, ta có thể khéo léo hoán chuyển qua lại giữa hai pháp thiền để tăng thêm phẩm chất được mong muốn. Trong chương 11, "Sự an định", ta sẽ khảo sát về kỹ năng phát triển pháp thiền định tâm đến mức độ có thể duy trì sự tập trung tâm ý duy nhất vào đối tượng thiền định trong thời gian bao lâu tùy ý. Như tôi đã nói, "đối tượng" này của thiền không nhất thiết phải là điều gì đó cụ thể ta có thể "nhìn thấy". Theo một ý nghĩa thì ta hòa nhập tâm thức mình với đối tượng [thiền quán] là để phát triển sự quen thuộc với đối tượng đó. Pháp thiền định tâm, cũng giống như các hình thức khác của thiền, tự nó không mang tính chất đạo đức. Nói đúng hơn, chính đối tượng mà ta tập trung tâm ý vào và động cơ đã thôi thúc ta tu tập mới quyết định phẩm chất tinh thần của pháp thiền mà ta tu tập. Nếu tâm ý ta tập trung vào lòng bi mẫn thì pháp thiền của ta mang tính đạo đức. Nếu ta hướng tâm ý vào lòng sân hận thì ngược lại.

Chúng ta nhất thiết phải hành thiền một cách có hệ thống, phát triển dần dần sự quen thuộc với đối tượng đã chọn. Học hỏi và lắng nghe những bậc thầy có phẩm chất là một phần quan trọng trong tiến trình này. Sau đó, ta quán xét về những gì đã đọc hoặc đã nghe được, thẩm sát chúng để loại bỏ bất kỳ sự nhầm lẫn, sai lầm hoặc ngờ vực nào. Tiến trình này tự nó sẽ giúp ta tác động đến tâm thức. Và rồi khi ta đạt đến sự nhất tâm nơi đối tượng thiền quán, tâm thức ta sẽ trở nên hòa nhập với đối tượng ấy theo cách thức mà ta mong muốn.

Điều quan trọng là, trước khi nỗ lực thiền quán về những khía cạnh tinh tế hơn của giáo lý đạo Phật, ta phải có được khả năng duy trì tập trung tâm ý vào các đề mục đơn giản hơn. Điều này giúp ta phát triển khả năng phân tích và duy trì sự nhất tâm vào những đề mục tinh tế hơn, chẳng hạn như sự đối trị tất cả khổ đau hay *tánh Không*, vì không hề có tự tính tự tồn của thực tại...

Hành trình tâm linh là một chặng đường dài. Ta nhất thiết phải thận trọng khi lựa chọn con đường tu tập, để chắc chắn rằng trong đó bao gồm tất cả những phương pháp sẽ đưa ta đến mục tiêu của mình. Thỉnh thoảng, hành trình ấy có những lúc vượt qua dốc đứng. Ta phải biết làm thế nào kìm hãm chính mình thật chậm rãi như một con ốc sên, để quán chiếu suy ngẫm thật sâu sắc, nhưng đồng thời cũng phải chắc chắn là ta không quên đi một bất ổn của người hàng xóm, hoặc vấn nạn của loài cá đang bơi trong những đại dương bị ô nhiễm cách ta nhiều ngàn dặm.

CHƯƠNG III
THẾ GIỚI VẬT CHẤT VÀ PHI VẬT CHẤT

Đến đây, chúng ta đã thảo luận qua về sự rèn luyện tinh thần là gì theo Phật giáo, và ta phải nỗ lực như thế nào để làm thay đổi những thói quen tinh thần cũ, phát triển những thói quen đạo đức mới. Chúng ta làm được điều đó thông qua phương tiện thiền định quán chiếu, một tiến trình để tự mình trở nên quen thuộc với những phẩm tính đạo đức mang đến hạnh phúc cho ta. Thực hành thiền như vậy cho phép ta thể hiện những đức hạnh đó và nhận thức rõ những chân lý sâu sắc vốn bị che khuất trong cuộc sống hằng ngày. Bây giờ, chúng ta sẽ khảo sát về việc những trạng thái tinh thần của ta được sinh ra như thế nào theo cách rất giống với cách thức mà sự vật được tạo ra trong thế giới vật chất.

Trong thế giới vật chất, các sự vật hiện hữu nhờ vào sự kết hợp giữa tác dụng của các nguyên nhân và điều kiện. Một mầm cây có thể mọc lên nhờ có hạt giống, nước, ánh sáng mặt trời và đất đai màu mỡ. Không có những yếu tố này, mầm cây sẽ không có những điều kiện cần thiết để nảy mầm và mọc lên từ lòng đất. Tương tự, các sự vật không còn tồn tại khi chúng gặp những hoàn cảnh và điều kiện thích hợp cho sự kết thúc của chúng. Nếu vật chất có thể phát triển mà không cần đến quan hệ nhân quả, thì hoặc là mọi sự vật sẽ tồn tại mãi mãi trong trạng thái không thay đổi, vì không cần đến nguyên nhân và điều kiện; hoặc là sẽ không có gì hiện hữu cả, không có phương cách nào cho bất kỳ sự vật nào xuất hiện cả. [Khi ấy,] hoặc là một mầm cây có thể tồn tại mà không cần đến hạt giống, hoặc mầm cây ấy hoàn toàn không thể tồn tại. Vì thế, ta có thể nhận hiểu được rằng mối tương quan nhân quả là một nguyên lý phổ quát.

Trong đạo Phật, chúng ta nói đến hai loại nguyên nhân. Thứ nhất là các nguyên nhân chính yếu. Trong ví dụ vừa nêu trên, hạt giống thuộc về loại nguyên nhân này, với sự phối hợp của những điều kiện nhất định, tạo ra một kết quả nằm ngay trong bản chất tương tục của chính nó, tức là cái mầm cây.

Những điều kiện có thể giúp cho hạt giống nảy sinh mầm cây - như nước, ánh sáng mặt trời, đất và phân bón - được xem như các nguyên nhân phối hợp, hay các điều kiện. Việc các sự vật sinh khởi phụ thuộc vào những nguyên nhân và điều kiện, cho dù đó là chính yếu hay phối hợp, là không do nơi tác động từ những hành vi của con người hay do những phẩm tính siêu việt của một vị Phật. Đơn giản chỉ vì đó là cách thức hiện hữu của sự vật.

Trong đạo Phật, chúng ta tin rằng những gì phi vật chất cũng vận hành theo cung cách rất giống với những gì thuộc phạm trù vật chất. Đồng thời, cũng theo quan điểm của đạo Phật, khả năng nhận biết những gì thuộc phạm vi vật chất không thể mang lại nền tảng duy nhất cho tri thức của chúng ta về thế giới. Khái niệm về thời gian là một ví dụ về những gì phi vật chất. Thời gian luôn đồng thời hiện hữu với thế giới vật chất, nhưng sự tồn tại của nó không thể được chỉ ra trong bất kỳ phương cách vật chất nào. Ý thức cũng giống như vậy, đó là phương tiện giúp ta nhận biết các sự vật, trải nghiệm đau khổ và vui sướng. Nhưng ý thức được hiểu là không thuộc phạm trù vật chất.

Mặc dầu không thuộc phạm trù vật chất, nhưng các trạng thái tâm thức của ta cũng xuất hiện do các nguyên nhân và điều kiện, rất giống với phương thức hiện hữu của sự vật trong thế giới vật chất. Vì vậy, việc phát triển sự am hiểu về cơ chế nhân quả là rất quan trọng. Nguyên nhân chính yếu của trạng thái tâm thức hiện tại chính là tâm thức của thời điểm ngay trước đó. Vì vậy, mỗi một thời điểm của tâm thức là nguyên nhân chính yếu của sự nhận biết tiếp theo sau đó. Sự kích thích mà ta cảm nhận, những hình sắc làm ta thích thú hoặc những ký ức mà ta hồi tưởng, là các điều kiện phối hợp để tạo ra tính cách cho trạng thái tâm thức của ta. Cũng giống hệt như đối với vật chất, bằng việc kiểm soát các điều kiện, ta sẽ tác động đến sản phẩm làm ra: đó là tâm thức ta. Thiền định nên được dùng như một phương pháp khéo léo để thực hiện điều này: áp dụng các điều kiện cụ thể cho tâm thức ta để có được kết quả mong muốn, một tâm thức đạo đức hơn.

Về cơ bản, điều này có tác dụng theo hai cách. Cách thứ nhất là khi một tác nhân kích thích hay một điều kiện phối hợp làm sinh khởi một trạng thái tâm thức theo cùng chiều hướng. Một ví dụ về tác động loại này là khi ta không tin tưởng một ai đó và thấy rằng chỉ riêng việc suy nghĩ đến người ấy thôi cũng đủ làm nảy sinh những cảm nhận đen tối hơn.

Có những trạng thái tâm thức khác đối nghịch lẫn nhau, như khi ta nuôi dưỡng lòng tự tin, nhờ đó ta có thể vượt qua tâm trạng suy nhược hoặc đánh mất niềm tin vào chính mình.

Khi nhận biết những hiệu quả của việc nuôi dưỡng các phẩm chất tinh thần khác nhau, ta thấy được mình có thể tạo ra sự thay đổi trạng thái tâm thức như thế nào. Ta nhất thiết phải nhớ rằng, điều này chỉ đơn giản là cách thức vận hành của tâm thức. Ta có thể vận dụng cơ chế vận hành này để thúc đẩy xa hơn sự phát triển tinh thần của mình.

Như đã thấy trong chương trước, pháp thiền quán chiếu là tiến trình thận trọng áp dụng và nuôi dưỡng những suy tưởng cụ thể có tác dụng tăng cường trạng thái tâm thức tích cực và làm suy giảm, tiến đến loại bỏ hoàn toàn những tâm thức tiêu cực. Đây chính là cách thức vận dụng cơ chế nhân quả một cách hữu ích.

Tôi tin tưởng sâu sắc rằng sự thay đổi tinh thần thật sự không có được chỉ đơn thuần nhờ vào việc cầu nguyện hoặc mong ước cho tất cả những mặt tiêu cực của tâm thức tan biến đi và tất cả những mặt tích cực được phát triển thật nhiều. Chỉ có nhờ vào nỗ lực phối hợp của ta, một sự nỗ lực dựa trên hiểu biết về cách thức tương tác giữa tâm và các trạng thái cảm xúc, tâm lý khác nhau của nó, ta mới tạo ra được sự tiến triển tâm linh thật sự. Nếu ta muốn làm suy giảm đi các cảm xúc tiêu cực, ta phải tìm kiếm những nguyên nhân đã làm sinh khởi chúng. Ta nhất thiết phải nỗ lực loại bỏ hoặc nhổ tận gốc rễ những nguyên nhân ấy. Đồng thời, ta phải phát huy những sức mạnh tinh thần nào đối nghịch với các cảm xúc tiêu cực: những gì ta có thể xem như những phương thuốc đối trị với chúng. Đây là phương cách để một người học thiền nhất thiết phải dần dần tạo ra sự chuyển hóa tinh thần mà người ấy theo đuổi.

Chúng ta tiến hành việc này như thế nào? Trước hết, ta xác định các yếu tố đối nghịch với một phẩm hạnh cụ thể của ta. Yếu tố đối nghịch với sự khiêm hạ hẳn sẽ là tính tự phụ hay sự kiêu căng. Yếu tố đối nghịch với sự rộng rãi hào phóng hẳn sẽ là sự keo kiệt bủn xỉn. Sau khi xác định rõ những yếu tố này rồi, ta phải nỗ lực hết sức để làm suy yếu và trừ bỏ chúng. Trong khi xoáy mạnh vào những yếu tố đối nghịch này, ta cũng đồng thời phải làm tăng thêm phẩm hạnh mà ta mong muốn đạt đến. Khi cảm thấy mình quá mức keo kiệt, ta phải nỗ lực hơn nữa để trở nên hào phóng. Khi ta cảm thấy thiếu kiên nhẫn hoặc thường hay phê phán, ta phải nỗ lực hết mình để trở nên nhẫn nại.

Khi nhận biết được tư tưởng của ta có những ảnh hưởng cụ thể đến các trạng thái tâm lý như thế nào, ta có thể tự mình chuẩn bị cho các trạng thái tâm lý ấy. Khi ấy ta sẽ biết rằng, khi một trạng thái tâm thức sinh khởi, ta phải đối trị với nó theo một phương cách cụ thể; và nếu một trạng thái khác nữa xuất hiện, ta nhất thiết phải hành xử một cách thích hợp với nó. Khi ta thấy tâm thức mình bị cuốn hút theo những tư tưởng ghét giận đối với một người mà ta không ưa thích, ta phải tự bắt gặp chính mình; ta nhất thiết phải thay đổi tâm ý bằng cách thay đổi chủ đề. Kiềm chế cơn giận là điều khó khăn khi ta đang kích động, trừ phi ta đã có sự rèn luyện tinh thần để ngay lập tức nhớ đến hậu quả khó chịu mà những tư tưởng như thế sẽ gây ra cho ta. Vì thế, điều thiết yếu là ta phải bắt đầu sự tu tập của mình trong khi nhẫn nại điềm tĩnh, không phải trong lúc đang giận dữ. Ta nhất thiết phải nhớ lại thật chi tiết về việc khi giận dữ ta đánh mất sự thanh thản trong tâm hồn như thế nào, ta không thể tập trung vào công việc như thế nào, và ta trở nên khó chịu như thế nào đối với những người quanh ta. Chính nhờ sự suy xét kỹ lưỡng và bền bỉ theo cách thức này mà cuối cùng ta có thể kiềm chế được cơn giận.

Một vị thầy ẩn tu nổi tiếng của Tây Tạng đã tập trung phạm vi tu tập của ông vào việc quán sát tâm ý. Ông vạch một dấu đen lên bức tường căn phòng bất cứ khi nào ông có một tư tưởng bất thiện. Ban đầu, trên những bức tường toàn màu đen; tuy nhiên, khi ông chú tâm hơn, những tư tưởng của ông trở nên hiền thiện hơn và những vạch trắng bắt đầu thay thế những vạch đen. Chúng ta nhất thiết phải áp dụng một sự chú tâm tương tự như thế trong cuộc sống hằng ngày.

CHƯƠNG IV
NGHIỆP QUẢ

*L*à những người tu tập Phật pháp, mục đích cuối cùng của chúng ta là đạt đến trạng thái giác ngộ viên mãn và nhất thiết trí của một vị Phật. Phương tiện cần có [để làm được điều đó] là một thân người với tâm thức sáng suốt bình thường.

Phần lớn trong chúng ta xem việc được sống làm người khỏe mạnh như là một lẽ đương nhiên phải vậy. Thật ra, kiếp người thường được đề cập đến trong kinh điển Phật giáo như là điều rất đặc biệt và quí giá. Đó là kết quả của sự tích lũy hết sức lớn lao các thiện hạnh, đã được ta thực hành trong vô số kiếp sống. Mỗi người đều phải có sự nỗ lực rất lớn mới có thể đạt được trạng thái thể chất này. Tại sao thân người này lại quý giá đến thế? Vì nó cho ta cơ hội tuyệt vời nhất để phát triển tâm linh: sự mưu cầu hạnh phúc cho chính mình và người khác.

Thú vật hoàn toàn không có khả năng theo đuổi đức hạnh một cách có ý thức như con người. Chúng là nạn nhân của sự ngu si. Vì thế, ta cần phải biết trân trọng cái phương tiện là thân người quý giá này và cũng phải làm tất cả những gì trong khả năng mình để đảm bảo rằng ta sẽ được tái sinh làm người trong đời sống kế tiếp. Mặc dù ta vẫn duy trì sự khao khát đạt đến giác ngộ viên mãn, nhưng ta cũng phải thừa nhận rằng con đường tiến đến quả Phật là rất dài và ta phải có những sự chuẩn bị [cho từng giai đoạn] ngắn hạn.

Như vừa trình bày trên, để chắc chắn được tái sinh làm người với đầy đủ khả năng nhằm theo đuổi con đường tâm linh, trước hết ta nhất thiết phải đi theo một con đường đức hạnh. Theo giáo lý nhà Phật thì điều này đòi hỏi phải tránh mười hành vi bất thiện.[1] Mỗi một hành vi bất thiện này đều gây đau khổ theo nhiều mức độ. Để tự thuyết phục mình từ bỏ các hành vi này, ta nhất thiết phải hiểu rõ được cơ chế tự vận hành của luật nhân quả, được biết đến như là nghiệp (karma).

Từ ngữ *karma*, được dịch là nghiệp (業), trong Phạn ngữ có nghĩa là "hành vi", được dùng để chỉ đến một hành vi mà ta đã thực hiện cùng với những hậu quả của nó. Khi nói đến nghiệp giết hại, [trước hết] ta chỉ đến chính bản thân hành vi cướp đi sinh mạng của một chúng sinh khác. [Nhưng] hàm nghĩa rộng hơn của hành vi này, cũng là một phần của nghiệp giết hại, là nỗi đau khổ mà nó gây ra cho nạn nhân cũng như cho rất nhiều những người thương yêu và có sự phụ thuộc vào nạn nhân ấy. Nghiệp của hành vi này cũng bao gồm cả những ảnh hưởng nhất định đối với chính người đã thực sự làm việc giết hại. Những ảnh hưởng đó không chỉ giới hạn trong kiếp sống này. Sự thật là, ảnh hưởng của một hành vi bất thiện lớn dần lên theo thời gian, vì thế một tên sát nhân tàn nhẫn giết người không thương tiếc đã khởi đầu trong một kiếp sống quá khứ đơn giản chỉ là [một người] xem thường mạng sống của những chúng sinh có vẻ như tầm thường vụn vặt, như là súc vật hay côn trùng...

Một kẻ giết người rất hiếm có khả năng tái sinh làm người ngay đời tiếp theo. Bối cảnh xảy ra việc giết người sẽ quyết định mức độ nghiêm trọng của hậu quả. Kẻ giết người tàn nhẫn, thực hiện hành vi giết hại với sự thích thú, rất có thể sẽ bị sinh vào một cảnh giới cực kỳ đau khổ mà chúng ta gọi là địa ngục. Một trường hợp ít nghiêm trọng hơn, chẳng hạn như giết người vì tự vệ, có thể sẽ tái sinh trong một địa ngục

---

[1] Mười điều ác (Thập bất thiện): Cũng gọi là Thập ác, Mười nghiệp ác, Mười pháp bất thiện, bao gồm: 1. Sát sanh, 2. Trộm cắp, 3. Tà dâm, 4. Vọng ngữ, 5. Ỷ ngữ, 6. Lưỡng thiệt, 7. Ác khẩu, 8. Tham dục, 9. Sân khuể, 10. Tà kiến.

ít đau khổ hơn. Những nghiệp bất thiện nhẹ hơn nữa thì có thể khiến ta phải tái sinh làm súc vật, không có khả năng hoàn thiện về mặt tinh thần hay tâm linh.

Cuối cùng, khi một chúng sinh [tạo nghiệp ác đã chịu đựng hết những nỗi khổ đau tương ứng của nghiệp ác đó và] được tái sinh làm người, hậu quả của những hành vi bất thiện khác nhau sẽ quyết định hoàn cảnh cuộc đời của người ấy theo nhiều cách khác nhau. Việc giết hại ở đời trước khiến cho đời này có tuổi thọ ngắn ngủi và nhiều bệnh tật. Nghiệp xấu đó cũng tạo ra khuynh hướng thích giết hại, chắc chắn dẫn đến nhiều đau khổ hơn trong những kiếp sống tương lai. Tương tự, việc trộm cắp [trong đời trước] khiến người ta phải sống thiếu thốn và bị người khác trộm cắp; nghiệp xấu này cũng tạo ra khuynh hướng trộm cắp trong tương lai. Hành vi tà dâm, chẳng hạn như ngoại tình, sẽ khiến ta gặp phải người bạn đời thiếu trung thực trong những đời sống tương lai và sẽ chịu đựng sự không chung thủy, phản bội. Đó là một số trong những hậu quả của ba nghiệp bất thiện mà ta đã phạm vào bằng hành động của thân.

Trong bốn điều bất thiện của lời nói (khẩu), việc nói dối dẫn đến một đời sống mà [trong đó] người khác sẽ nói xấu về bạn. Nói dối cũng tạo ra khuynh hướng tiếp tục nói dối trong những đời sống tương lai, cũng như có nguy cơ bị người khác dối gạt và không được tin tưởng [ngay cả] khi bạn nói thật.

Nghiệp quả trong tương lai của những lời nói gây chia rẽ bao gồm cả sự cô độc và khuynh hướng làm hại cuộc sống người khác. Việc nói lời nói thô ác sẽ khiến ta bị người khác lăng mạ [trong đời tương lai] và tạo ra khuynh hướng nhiều sân hận. Việc nói thêu dệt sẽ khiến ta không được người khác lắng nghe [trong đời tương lai] và tạo ra khuynh hướng nói nhiều.

Cuối cùng, nghiệp quả của ba hành vi bất thiện thuộc

về ý là những gì? Trong những khuynh hướng bất thiện của chúng ta thì đây là những điều thường gặp nhất. Sự tham lam đưa ta đến [những kiếp sống] mãi mãi không được thỏa mãn. Tâm độc ác đưa ta đến [những đời sống] nhiều sợ hãi và có khuynh hướng làm hại người khác. Tà kiến chấp giữ những niềm tin trái ngược với chân lý, và điều đó đưa ta đến [những kiếp sống] với nhiều khó khăn trong việc thấu hiểu và chấp nhận chân lý cũng như ngoan cố bám chấp những quan điểm sai lầm.

Đó chỉ là một số rất ít những ví dụ về sự phân chia các hành vi bất thiện. Đời sống của ta hiện nay là kết quả của nghiệp, những hành vi trong quá khứ của ta. Hoàn cảnh tương lai của ta, những điều kiện mà ta sẽ tái sinh vào đó, những cơ hội để cải thiện đời sống mà ta sẽ có hoặc không có, đều phụ thuộc vào nghiệp của ta trong đời sống này, tức là những hành vi hiện nay của ta. Mặc dù hoàn cảnh hiện tại của ta đã được quyết định bởi cách hành xử trong quá khứ, nhưng ta vẫn phải chịu trách nhiệm về những hành vi hiện nay của mình. Ta có khả năng và có trách nhiệm phải hướng những hành vi của mình theo con đường hiền thiện.

Khi ta cân nhắc một hành vi cụ thể để xác định liệu nó có thuộc phạm trù đạo đức hoặc tâm linh hay không, những tiêu chí nên xét đến phải là tính chất của động cơ [đã thúc đẩy hành vi đó]. Khi một người quyết định một cách có ý thức rằng sẽ không trộm cắp, nếu người ấy chỉ đơn giản bị thúc đẩy bởi nỗi lo sợ bị bắt và bị luật pháp trừng trị, thì rất đáng ngờ là liệu quyết định ấy có phải một hành vi đạo đức hay không, bởi những cân nhắc về mặt đạo đức đã không tham gia trong sự chọn lựa đó.

Xét một trường hợp khác, quyết tâm không trộm cắp có thể được thúc đẩy bởi nỗi lo sợ về dư luận công chúng như: "Bạn bè và hàng xóm của tôi sẽ nghĩ gì? Hẳn là mọi người sẽ khinh bỉ tôi. Tôi sẽ trở thành một người bị xã hội cô lập."

Mặc dù quyết tâm như thế có thể là tích cực, nhưng liệu đó có phải là một hành vi đạo đức hay không thì vẫn chưa thể nói chắc được.

Bây giờ, nếu cũng quyết định giống như trên, nhưng được một người hình thành với suy nghĩ: "Nếu tôi trộm cắp nghĩa là tôi đang hành động trái với luật thiêng liêng của Thượng đế." Hoặc một người khác có thể suy nghĩ: "Trộm cắp là bất thiện và gây đau khổ cho người khác." Khi được thúc đẩy bởi những sự cân nhắc như vậy, thì quyết định đưa ra như trên sẽ có ý nghĩa luân lý hoặc đạo đức, và nó cũng thuộc phạm trù tâm linh. Trong sự tu tập theo giáo lý đạo Phật, nếu sự cân nhắc cơ bản để bạn tránh không thực hiện một hành vi bất thiện vì điều đó sẽ ngăn trở bạn đạt đến trạng thái vượt thoát khổ đau, thì sự kiềm chế như vậy là một hành vi đạo đức.

Chúng ta được biết rằng, chỉ có bậc Nhất thiết trí mới thấu hiểu hết những khía cạnh chi tiết trong sự vận hành của nghiệp. Việc nắm hiểu được trọn vẹn những cơ chế hoạt động vi tế của nghiệp là vượt ngoài nhận thức thông thường của chúng ta. Để có thể sống phù hợp với những lời thuyết giảng về nghiệp của đức Phật Thích-ca Mâu-ni, chúng ta cần thiết phải có một mức độ tin tưởng vào những lời dạy của ngài. Khi đức Phật nói rằng việc giết hại dẫn đến tuổi thọ ngắn ngủi, việc trộm cắp dẫn đến sự nghèo túng, thì thật ra không có cách nào để chứng minh rằng ngài nói đúng. Tuy nhiên, những vấn đề như thế cũng không nên chấp nhận với một niềm tin mù quáng. Trước hết, chúng ta nhất thiết phải xác lập được giá trị của đối tượng mà ta đặt niềm tin: đức Phật và giáo lý của ngài, tức là Pháp.

Chúng ta phải thẩm sát những lời dạy của ngài bằng sự phân tích lý luận hết sức chặt chẽ. Thông qua việc nghiên cứu những phần giáo pháp có thể được xác lập trên cơ sở suy luận hợp lý và thấy được là đúng đắn - chẳng hạn như Giáo pháp của đức Phật về sự vô thường và *tánh Không*, mà ta sẽ tìm hiểu trong chương 13: Trí tuệ - niềm tin của ta vào những phần giáo pháp khó chứng minh hơn, như sự vận hành của nghiệp, sẽ tự nhiên gia tăng.

Khi cần một lời khuyên, ta sẽ tìm đến một người mà ta thấy là đủ tư cách để đưa ra những chỉ dẫn ta đang cần. Sự đánh giá cao về vị thiện tri thức ấy càng rõ rệt thì ta sẽ tiếp nhận lời khuyên của người ấy càng nghiêm túc hơn. Sự phát triển của những gì mà tôi muốn gọi là "niềm tin khôn ngoan" đối với những lời khuyên dạy của đức Phật cũng nên theo cách tương tự như thế.

Tôi tin rằng, chúng ta rất cần thiết phải có một phần kinh nghiệm và cảm nhận trực tiếp trong sự tu tập mới có thể phát khởi niềm tin chân thật và sâu sắc. Dường như có hai loại kinh nghiệm khác nhau. Có những kinh nghiệm của bậc thánh đã chứng ngộ cao siêu, là các vị có những phẩm tính tưởng chừng như không thể đạt đến. Rồi lại có những kinh nghiệm phàm tục hơn mà chúng ta có thể đạt được thông qua sự tu tập hằng ngày. Nhờ tu tập, ta có thể phát triển phần nào nhận thức về tính vô thường, về bản chất mong manh ngắn ngủi của cuộc sống. Ta có thể đạt đến sự nhận biết tính chất hủy hoại của những cảm xúc phiền não. Ta có thể có lòng bi mẫn nhiều hơn đối với người khác, hoặc kiên nhẫn hơn khi phải xếp hàng chờ đợi.

Những kinh nghiệm rõ ràng cụ thể như vậy tạo ra cho ta cảm giác hài lòng, hoan hỉ, và niềm tin của ta vào tiến trình tu tập đã mang đến những kinh nghiệm này sẽ gia tăng. Niềm tin của ta vào vị thầy đã dẫn dắt ta đạt đến những kinh nghiệm này cũng sẽ được củng cố, và sức thuyết phục của giáo lý mà vị ấy đang học theo cũng sẽ tăng thêm. Và từ những trải nghiệm cụ thể như vậy, ta có thể trực nhận được rằng việc tiếp tục con đường tu tập sẽ có thể dẫn đến những thành tựu thậm chí còn phi thường hơn nữa, chẳng hạn như những chứng ngộ đã trở thành bất diệt của các vị thánh trong quá khứ.

Một niềm tin hợp lý xuất phát từ những cảm nhận trực tiếp trong sự tu tập tâm linh như thế cũng giúp làm tăng thêm sự tin cậy của ta vào những giải thích của đức Phật về sự vận hành của nghiệp. Và rồi sự tin cậy này lại giúp ta có được quyết tâm từ bỏ những hành vi bất thiện vốn luôn dẫn đến sự khổ đau ngày càng nhiều hơn. Vì thế, sẽ rất hữu ích trong buổi tập thiền của ta nếu sau khi có được một sự tỏ ngộ về đề tài mà ta quán xét, dù là nhỏ nhặt nhất, ta có thể dành ra một ít thời gian để nhận biết rằng ta đã đạt được sự tỏ ngộ đó và thừa nhận thành tựu đó đã có được là do đâu. Sự suy xét phản chiếu như vậy nên được xem như một phần của buổi tập thiền. Nó sẽ giúp củng cố nền tảng niềm tin của ta vào sự Quy y Tam bảo - Phật, Pháp và Tăng-già - và giúp ta tiến triển trong sự tu tập. Nó giúp ta có đủ nghị lực để tiếp tục dấn bước.

CHƯƠNG V
PHIỀN NÃO

Ta đã nói về những cảm xúc phiền não và tác hại của chúng trong sự tu tập tâm linh của ta. Tôi phải thừa nhận rằng, việc chúng ta trải qua những cảm xúc như sân hận và tham ái là điều hoàn toàn tự nhiên. Tuy nhiên, điều này không có nghĩa là ta không cần phải làm bất cứ điều gì đối với những cảm xúc ấy.

Tôi vẫn biết rằng trong tâm lý học phương Tây, việc bộc lộ những cảm xúc và tình cảm, ngay cả sự giận dữ, thường được khuyến khích. Tất nhiên, có nhiều người đã từng chịu đựng những kinh nghiệm thương tổn trong quá khứ, và nếu những tình cảm này bị kìm nén, chúng có thể thực sự gây ra những tổn thương tâm lý kéo dài. Trong những trường hợp như thế, người Tây Tạng chúng tôi thường nói rằng: "Khi cái vỏ ốc bị khép chặt, cách tốt nhất để tách ra là thổi vào bên trong nó."

Dù là nói thế, nhưng tôi thật sự cảm thấy rằng việc chấp nhận khuynh hướng chống lại những cảm xúc mạnh mẽ như sân hận, tham ái và ghen tỵ cũng như nỗ lực hết mình để phát triển khả năng kiềm chế cảm xúc là điều quan trọng đối với những người tu tập tâm linh. Thay vì buông thả mình trong những trường hợp khởi sinh cảm xúc mạnh mẽ, ta nên nỗ lực để làm suy giảm khuynh hướng thuận theo những cảm xúc đó. Nếu ta tự hỏi, ta được hạnh phúc hơn khi giận dữ hay khi bình tĩnh, câu trả lời sẽ rất rõ ràng. Như chúng ta đã thảo luận trong một phần trước, trạng thái tinh thần bất ổn xuất phát từ những cảm xúc phiền não sẽ ngay lập tức khuấy động sự ổn định nội tâm của ta, khiến ta cảm thấy bất an và không hạnh phúc. Trong sự mưu cầu hạnh phúc, mục đích chính của chúng ta là chống lại những cảm xúc này. Ta chỉ có thể đạt được điều đó nhờ vào sự nỗ lực chuyên tâm và kiên trì trong suốt một quãng thời gian lâu dài - người Phật tử chúng ta thường nói là trong nhiều đời nhiều kiếp.

Như chúng ta đã biết, những cảm xúc phiền não không tự chúng mất đi, chúng cũng không đơn giản là mất đi theo thời gian. Phiền não chỉ diệt mất nhờ vào sự nỗ lực có chủ tâm tấn công vào chúng, làm suy giảm sức mạnh của chúng và cuối cùng loại bỏ chúng hoàn toàn.

Nếu muốn thành công, ta phải biết cách chống lại những xúc phiền não của mình như thế nào. Chúng ta bắt đầu tu tập Phật pháp bằng cách đọc [kinh sách] và lắng nghe [lời dạy của] những vị thầy nhiều kinh nghiệm. Đây là cách để chúng ta cải thiện cuộc sống khổ đau của mình trong vòng luân hồi và làm quen dần với những pháp tu tập thích hợp để vượt thoát luân hồi. Sự học hỏi như vậy sẽ dẫn đến điều được gọi là "nhận hiểu qua lắng nghe". Đó là nền tảng thiết yếu cho sự tiến triển tâm linh. Tiếp đó, ta phải nghiền ngẫm những gì đã học được đến mức độ có được sự tin tưởng sâu sắc vào đó. Điều này dẫn đến "sự nhận hiểu qua quán chiếu". Một khi ta đã có được sự tin cậy chắc thật vào chủ đề đã học, ta thiền định về chủ đề đó để tâm thức ta trở nên hoàn toàn hòa nhập vào đó. Điều này dẫn đến một sự tri giác thực nghiệm gọi là "nhận hiểu qua thiền định".[1]

Ba mức độ nhận hiểu này là thiết yếu trong việc tạo ra những thay đổi chân thật trong cuộc đời ta. Với nhận thức sâu rộng hơn thông qua sự học hỏi, sự tin tưởng của ta trở nên sâu sắc hơn, đưa đến sự thực hành mạnh mẽ hơn trong

---

[1] Tiến trình được mô tả ở đây có vẻ như tương đương với giáo lý "văn, tư, tu" được trình bày trong nhiều Kinh điển Hán tạng. Đây là 3 giai đoạn phổ quát mà mọi pháp môn tu tập đều phải trải qua: nghe biết (văn), suy nghiệm (tư) và thực hành tu tập những gì đã hiểu được (tu). Kinh Thủ Lăng nghiêm đề cập rất rõ về những ý nghĩa này.

thiền định. Nếu ta thiếu sự nhận hiểu thông qua học hỏi và quán chiếu, thì cho dù ta có thiền định thật mãnh liệt, ta cũng rất khó trở nên quen thuộc với đề mục thiền định, cho dù đề mục đó là bản chất nguy hại của phiền não hay tính chất vi tế của *tánh Không*. Điều này cũng tương tự như khi ta bị ép buộc phải gặp một người nào đó mà ta không muốn gặp. Vì thế, điều quan trọng là phải thực hiện cả ba giai đoạn tu tập này theo đúng trình tự tiếp nối nhau.

Môi trường quanh ta cũng ảnh hưởng rất lớn. Ta cần có một môi trường yên tĩnh để thực hành tu tập. Điều quan trọng nhất là ta cần sự cách biệt hoàn toàn. Ý tôi muốn nói là, một trạng thái tinh thần hoàn toàn không bị quấy nhiễu, chứ không chỉ đơn thuần là dành thời gian ngồi một mình ở nơi yên tĩnh.

KẺ THÙ NGUY HẠI NHẤT

Sự tu tập Phật pháp phải là một tiến trình nỗ lực không ngừng để đạt đến trạng thái vượt thoát đau khổ. Tiến trình đó không chỉ đơn giản là thuộc phạm trù đạo đức, trong đó ta tránh không làm những việc xấu ác và thực hiện những hành vi hiền thiện. Trong sự tu tập Phật pháp, chúng ta cố gắng để vượt thoát một thực trạng mà trong đó tất cả chúng ta đều nhận biết mình đang là nạn nhân của những cảm xúc phiền não của chính mình, kẻ thù của sự an bình và thanh thản. Những cảm xúc phiền não này, chẳng hạn như sự luyến ái, căm ghét, kiêu mạn, tham lam v.v... là những trạng thái tinh thần thôi thúc ta hành xử theo những phương thức luôn mang đến cho ta tất cả những bất hạnh và đau khổ. Trong khi nỗ lực để đạt được sự an bình nội tâm và hạnh phúc, việc xem những cảm xúc phiền não như ma quỷ trong nội tâm sẽ rất hữu ích, bởi vì cũng giống như ma quỷ, chúng đeo bám theo ta và chỉ toàn gây ra đau khổ. Trạng thái vượt ngoài mọi tư tưởng, cảm xúc tiêu cực như thế, vượt ngoài tất cả khổ đau, được gọi là Niết-bàn.

Ban đầu, ta không thể trực tiếp chống lại những tác động tiêu cực mạnh mẽ này. Ta nhất thiết phải giải quyết chúng theo cách dần dần. Trước hết, ta thọ trì giới luật, kiềm chế không để cho những tư tưởng và cảm xúc phiền não lấn áp. Ta thực hiện được điều đó nhờ áp dụng một nếp sống đạo đức khép mình vào giới luật. Đối với một người Phật tử, điều này có nghĩa là ta từ bỏ mười hành vi bất thiện. Những hành vi bất thiện này, có thể được ta thực hiện bằng thân thể (thân nghiệp), như giết hại hoặc trộm cắp, hoặc thực hiện bằng lời nói, như nói dối hoặc nói lời vô nghĩa (khẩu nghiệp), và thực hiện bằng tâm ý, như tham muốn những thứ không thuộc về mình (ý nghiệp). Tất cả những hành vi đó đều là sự bộc lộ của những phiền não nằm sâu hơn trong tâm thức, chẳng hạn như sự sân hận, căm ghét và tham ái.

Khi suy nghĩ theo cách đó, ta đi đến nhận thức rằng những cảm xúc cực mạnh như sự tham ái - và đặc biệt là sự sân hận và căm ghét - là rất nguy hại khi sinh khởi trong ta và cũng rất nguy hiểm khi chúng sinh khởi ở những người khác! Chúng ta gần như có thể nói rằng, những cảm xúc này là những sức mạnh hủy diệt thật sự trong vũ trụ. Ta có thể đi xa hơn nữa và nói rằng, hầu hết những phiền toái và đau khổ mà ta trải qua, chủ yếu là do chính ta tạo nên, đều là phát sinh từ những cảm xúc phiền não này. Ta có thể nói rằng, tất cả mọi khổ đau thực ra chính là kết quả của những cảm xúc tiêu cực như ái luyến, tham lam, ghen tỵ, kiêu căng, sân hận và căm ghét.

Mặc dù ban đầu ta không thể trực tiếp diệt trừ tận gốc những cảm xúc tiêu cực này, nhưng ít nhất ta cũng không hành xử buông thả theo chúng. Từ đó, ta hướng những nỗ lực thiền định của mình đến chỗ trực tiếp đối trị những phiền não của tâm thức và phát triển lòng từ bi sâu sắc hơn. Đến giai đoạn cuối cùng của hành trì tu tập, chúng ta cần diệt trừ tận gốc tất cả mọi phiền não. Điều này cần thiết phải có một sự chứng ngộ về *tánh Không*.

CHƯƠNG VI
RỘNG LỚN VÀ SÂU SẮC:
HAI KHÍA CẠNH CỦA CON ĐƯỜNG TU TẬP

Trên hành trình tâm linh trong đạo Phật, có hai tính chất của con đường tu tập phản ánh hai pháp tu tập khác biệt mà chúng ta nhất thiết phải hành trì. Mặc dù đức Phật đã dạy cả hai, nhưng các pháp này được trao truyền từ thầy sang trò qua nhiều thế kỷ theo hai dòng truyền riêng biệt. Tuy nhiên, cũng giống như hai cánh của một con chim, cả hai pháp tu này đều cần thiết khi ta dấn thân vào cuộc hành trình hướng đến giác ngộ, cho dù đó là hướng đến trạng thái giải thoát khổ đau cho riêng bản thân ta, hay trạng thái giác ngộ rốt ráo của quả Phật mà ta nỗ lực đạt đến để làm lợi lạc cho tất cả chúng sinh.

Cho đến lúc này, tôi đã tập trung phần lớn vào việc miêu tả "sự rộng lớn". Pháp tu tập này thường được nói đến như là khía cạnh "phương tiện" và đặc biệt đề cập đến sự rộng mở trái tim, phát triển lòng từ bi và thương yêu, cùng với những phẩm tính như là sự rộng lượng bố thí và nhẫn nhục, vốn được phát triển từ một trái tim yêu thương.

Ở đây, sự tu tập của chúng ta bao gồm phát triển những phẩm tính đức hạnh đồng thời giảm dần những khuynh hướng bất thiện.

Rộng mở trái tim có nghĩa là gì? Trước hết, ta hiểu rằng ý niệm về trái tim là một ẩn dụ. Trái tim được nhận hiểu trong hầu hết các nền văn hóa như là suối nguồn của lòng bi mẫn, thương yêu, cảm thông, đạo đức và trực giác, chứ không chỉ đơn thuần là một khối cơ bắp có chức năng đưa máu đi khắp cơ thể. Tuy nhiên, theo quan điểm của đạo Phật thì cả hai khía cạnh của con đường tu tập nói trên đều được hiểu là diễn ra trong tâm thức. Thật khôi hài khi cho rằng theo quan điểm đạo Phật thì tâm thức nằm giữa lồng ngực! [Vì thế, ta phải hiểu rằng] một trái tim rộng mở chính là một tâm hồn rộng mở. Sự thay đổi của trái tim cũng là sự đổi thay của tâm hồn. Dù vậy, nếu chỉ hiểu một cách tạm thời thì khái niệm về trái tim như trên cho ta một công cụ hữu ích khi cố gắng nhận hiểu sự khác biệt giữa hai khía cạnh "rộng lớn" và "sâu sắc" của con đường tu tập.

Khía cạnh tu tập thứ hai là "trí tuệ", cũng được biết như là "sự sâu sắc". Trong khía cạnh này, chúng ta nói đến phạm vi của bộ não, nơi mà sự hiểu biết, phân tích và nhận thức phê phán là những khái niệm ngự trị. Trong pháp tu tập trí tuệ, chúng ta đào sâu sự nhận hiểu về vô thường, bản chất khổ đau của đời sống và thực thể vô ngã của chúng ta. Bất kỳ một điểm nào trong số những tuệ giác nội quán này đều có thể phải trải qua nhiều kiếp sống để nhận hiểu thấu đáo. Thế nhưng, chỉ bằng cách nhận ra được bản chất vô thường của sự vật thì ta mới có thể vượt qua được sự bám chấp vào chúng, cũng như vào bất kỳ ý niệm nào về sự thường hằng. Khi ta thiếu sự hiểu biết về bản chất khổ đau của cuộc đời, sự tham luyến của ta đối với đời sống sẽ gia tăng. Nếu ta nuôi dưỡng nhận thức sâu xa về bản chất khổ đau của cuộc đời, ta sẽ vượt qua sự tham luyến ấy.

Suy cho cùng, tất cả những khó khăn của chúng ta đều bắt nguồn từ một sự ảo tưởng căn bản. Ta tin vào sự hiện hữu sẵn có trong tự tánh của chính bản thân ta và tất cả các hiện tượng khác. Ta phóng tưởng một ý niệm về bản chất thật có và tự tồn tại của sự vật rồi bám chặt vào ý niệm ấy, trong khi sự thật là các hiện tượng không hề có bản chất như thế.

Hãy lấy ví dụ về một chiếc ghế đơn giản thôi. Chúng ta tin, mà không hề nhận thức đầy đủ về niềm tin này, rằng thật sự có một điều như là "bản chất ghế", tức là tính chất của một chiếc ghế, dường như đang tồn tại trong các bộ phận của chiếc ghế: những chân ghế, chỗ ngồi và chỗ dựa. Cũng theo cách như vậy, mỗi chúng ta đều tin là có một "cái tôi" có thực thể và tương tục hiện hữu khắp trong các bộ phận thể chất và tinh thần đã tạo nên chúng ta. Tính chất "có thực thể" này là hoàn toàn do chúng ta quy gán, thật ra tính chất ấy không hề tồn tại.

Sự bám chấp vào "cái tôi" có thực thể tự tồn tại này là một tri giác sai lầm căn bản mà ta nhất thiết phải loại trừ thông qua những tu tập thiền định thuộc phần trí tuệ. Tại sao vậy? Vì nó là gốc rễ của tất cả khổ đau. Nó là cốt lõi của mọi cảm xúc phiền não.

Ta chỉ có thể từ bỏ được ảo tưởng về tính chất "có thực thể" này bằng việc nuôi dưỡng phẩm tính đối trị trực tiếp với nó, đó là trí tuệ nhận ra được sự không tồn tại của tính chất ấy. Một lần nữa, ta nuôi dưỡng trí tuệ sâu sắc này cũng giống như ta nuôi dưỡng sự khiêm hạ để diệt trừ tận gốc sự kiêu mạn trong ta. Trước hết, chúng ta nhất thiết phải suy xét nhuần nhuyễn về cách thức sai lầm mà ta đang nhận thức chính bản thân mình cũng như mọi hiện tượng khác. Sau đó, ta có thể nuôi dưỡng một nhận thức đúng về các hiện tượng. Khởi đầu, nhận thức này có thể chỉ đơn thuần dựa theo lý trí, giống như những hiểu biết mà ta đạt được thông qua việc học hỏi và lắng nghe giáo pháp. Để nhận thức này trở nên sâu sắc hơn thì cần phải có những thực hành thiền định kéo dài hơn, như sẽ được miêu tả trong chương 11: "Sự an định", chương 12: "Chín giai đoạn thiền định" và chương 13: "Trí tuệ". Chỉ khi ấy thì nhận thức này mới thật sự có khả năng tác động đến quan điểm của ta về bản thân mình và các sự vật khác. Bằng cách trực nhận được rằng "cái tôi" này không hề có bản chất tự nó tồn tại, ta đánh bật được tận gốc nền tảng căn bản nhất của sự chấp ngã, vốn là cốt lõi của mọi khổ đau.

Phát triển trí tuệ là một tiến trình làm cho những suy nghĩ của ta tiến đến chỗ tương ưng với cách thức hiện hữu thật sự của sự vật. Qua tiến trình này, ta dần dần loại bỏ được những nhận thức sai lầm về thực tại đã có từ vô thủy đến nay. Điều này thật không dễ dàng. Chỉ riêng việc hiểu được ý nghĩa của những cách diễn đạt như "sự tồn tại nhờ vào tự tính" hay "bản chất thật có" của sự vật cũng đã đòi hỏi rất nhiều sự học hỏi và suy ngẫm. Việc nhận biết được rằng sự vật không hề tự tồn tại nhờ vào tự tính của chúng là một tuệ giác nội quán sâu sắc, đòi hỏi nhiều năm học hỏi và thiền định. Chúng ta nhất thiết phải bắt đầu bằng cách suy xét nhuần nhuyễn những ý niệm đó, và sẽ tìm hiểu sâu hơn trong phần sau của sách này. Tuy nhiên, ngay bây giờ chúng ta hãy trở lại với pháp tu phương tiện để tìm hiểu về ý niệm bi mẫn.

CHƯƠNG VII
LÒNG BI MẪN

*L*òng bi mẫn là gì? Lòng bi mẫn là tâm nguyện muốn cho người khác thoát khỏi đau khổ. Chính nhờ có lòng bi mẫn mà ta khao khát đạt đến giác ngộ. Chính lòng bi mẫn thúc giục ta dấn thân vào những pháp tu tập đức hạnh hướng đến quả Phật. Vì thế, chúng ta nhất thiết phải hiến mình trọn vẹn cho sự phát triển lòng bi mẫn.

SỰ CẢM THÔNG

Trong bước đầu tiên hướng đến một trái tim bi mẫn, ta nhất thiết phải phát triển sự cảm thông hay gần gũi với người khác. Ta cũng phải nhận ra sự nghiêm trọng trong những khổ đau của họ. Càng gần gũi với một người, ta càng thấy rõ hơn rằng nỗi khổ đau của họ là nghiêm trọng đến mức không thể chịu đựng nổi. Sự gần gũi tôi nói đây không phải về mặt thể xác, cũng không cần thiết phải là về tình cảm. Đó là một cảm thức trách nhiệm, quan tâm đến một người khác. Để phát triển một sự gần gũi như thế, ta nhất thiết phải suy ngẫm về những đức tính giúp nuôi dưỡng hạnh phúc của người khác. Chúng ta phải suy ngẫm đến mức thấy được rằng điều này mang lại hạnh phúc và an bình nội tâm cho mọi người như thế nào. Chúng ta phải suy ngẫm đến mức nhận ra được người khác tôn trọng và quý mến ta như thế nào khi ta đối xử với họ bằng một thái độ như thế. Ta phải suy ngẫm về những tác hại của sự ích kỷ, thấy được rằng chúng đã khiến ta hành động bất thiện như thế nào, và sự nghiệp hiện nay của riêng ta là lợi thế có được từ những người kém may mắn hơn ta như thế nào.

Việc chiêm nghiệm về lòng tốt của người khác là điều quan trọng. Nhận thức này cũng là kết quả của việc nuôi dưỡng sự cảm thông. Ta phải nhận ra rằng, sự nghiệp vật chất của ta thật sự phụ thuộc vào sự cộng tác và đóng góp của những người khác như thế nào. Mỗi một khía cạnh phúc lợi hiện tại của ta đều nhờ vào sự làm việc khó nhọc của những người khác. Khi ta nhìn quanh mình, ngôi nhà ta đang sống và làm việc, những con đường ta đi, quần áo ta mặc hay thực phẩm ta ăn, ta phải thừa nhận rằng tất cả đều được cung cấp bởi những người khác. Sẽ không có gì trong số những điều đó tồn tại để ta hưởng thụ hay sử dụng, nếu không nhờ vào lòng tốt của quá nhiều người mà ta không quen biết. Khi suy ngẫm theo cách này, sự trân trọng của ta đối với người khác sẽ phát triển, đồng thời sự cảm thông và gần gũi của ta đối với người khác cũng sẽ gia tăng.

Ta nhất thiết phải nỗ lực để nhận ra sự phụ thuộc của ta vào những người mà ta sinh lòng bi mẫn. Nhận thức này thậm chí sẽ giúp họ gần gũi ta nhiều hơn. Cần phải có sự chú tâm kiên trì để có thể nhìn người khác thông qua lăng kính giảm bớt sự vị kỷ. Ta phải nỗ lực để nhận ra ảnh hưởng cực kỳ lớn lao của người khác đối với hạnh phúc của bản thân ta. Khi ta kiềm chế không buông thả theo một quan điểm sống ích kỷ, ta có thể thay thế bằng một quan điểm biết trân trọng hết thảy mọi chúng sinh.

Ta không nên mong đợi là quan điểm của mình đối với người khác sẽ thay đổi một cách tức thì.

NHẬN RA KHỔ ĐAU CỦA NGƯỜI KHÁC

Sau khi phát triển sự cảm thông và gần gũi, thực hành quan trọng tiếp theo trong quá trình trau dồi lòng bi mẫn là hiểu thấu được bản chất của đau khổ. Lòng bi mẫn đối với tất cả chúng sinh phải bắt nguồn từ việc nhận biết được nỗi khổ đau của họ. Một điều rất đặc thù trong sự suy ngẫm về nỗi khổ đau là, nếu ta chú tâm vào nỗi khổ đau của chính mình rồi sau mới mở rộng nhận thức ấy đến những khổ đau của người khác, thì thực hành đó sẽ có khuynh hướng mạnh mẽ và hiệu quả hơn. Lòng bi mẫn của ta đối với người khác sẽ phát triển khi nhận thức về những khổ đau của họ được phát triển.

Tất cả chúng ta đều cảm thông một cách tự nhiên đối với những người đang trải qua nỗi khổ vì bệnh tật đau đớn, hoặc nỗi đau mất người thân yêu. Đây là một loại khổ mà trong đạo Phật gọi là khổ vì đau khổ (khổ khổ).

Việc khởi sinh lòng bi mẫn sẽ khó khăn hơn đối với người đang trải qua những gì mà đạo Phật gọi là nỗi khổ của sự đổi thay, biến hoại, trong thuật ngữ truyền thống có thể bao gồm cả những kinh nghiệm vui thích (lạc thọ) như tận hưởng danh vọng hay sự giàu sang. Đây là loại khổ thứ hai - hoại khổ. Khi ta thấy người khác tận hưởng thành công trong đời sống thế tục, thay vì khởi lòng bi mẫn thương xót vì biết rằng [những thứ ấy] cuối cùng sẽ kết thúc, khiến họ phải khổ đau thất vọng vì mất mát, thì ta lại thường có khuynh hướng ngưỡng mộ và đôi khi thậm chí là ghen tỵ. Nếu ta có sự hiểu biết chân thật về khổ đau và bản chất của nó, ta sẽ nhận ra rằng việc thụ hưởng danh vọng và giàu sang là tạm bợ biết bao và niềm vui có được từ đó sẽ kết thúc một cách tự nhiên như thế nào, khiến người ta phải đau khổ.

Còn có loại khổ thứ ba với mức độ sâu sắc hơn và là loại đau khổ vi tế nhất - hành khổ. Ta trải qua nỗi khổ này triền miên vì nó chính là hệ quả của vòng luân hồi. Bản chất của vòng luân hồi là ta phải liên tục bị sai xử bởi những cảm xúc và suy nghĩ tiêu cực. Và khi nào ta còn bị chúng sai xử thì bản thân sự hiện hữu của ta chính là một dạng thức biểu hiện của đau khổ. Mức độ đau khổ này bao trùm suốt cuộc đời ta, xô đẩy ta loanh quanh mãi trong vòng luẩn quẩn của những xúc cảm tiêu cực và hành vi bất thiện. Tuy nhiên, loại khổ này rất khó nhận biết. Nó không phải trạng thái đau khổ rõ ràng như ta nhận thấy trong nỗi khổ vì khổ đau (khổ khổ), cũng không phải đối nghịch với sự giàu sang thịnh vượng như ta nhận thấy trong nỗi khổ vì sự thay đổi, biến hoại (hoại khổ). Thế nhưng, nỗi khổ đau bao trùm này (hành khổ) là sâu sắc nhất, ảnh hưởng đến mọi khía cạnh của đời sống.

Một khi ta phát triển được sự hiểu biết sâu sắc về ba mức độ đau khổ qua kinh nghiệm của chính bản thân mình, việc chuyển sự quan tâm của ta đến [những khổ đau của] người khác và suy ngẫm về ba mức độ khổ đau [như trên của họ] sẽ dễ dàng hơn. Từ đó ta có thể phát triển tâm nguyện mong sao cho tất cả chúng sinh đều được thoát khỏi mọi khổ đau.

Một khi ta có thể kết hợp sự cảm thông đối với người khác và sự hiểu biết sâu sắc về những nỗi khổ đau mà họ đang chịu đựng, ta sẽ dễ dàng sinh khởi lòng bi mẫn chân thật đối với họ. Chúng ta nhất thiết phải thực hiện điều này một cách liên tục, không gián đoạn. Ta có thể so sánh tiến trình này với việc tạo ra một tia lửa bằng cách chà xát hai que củi. Chúng ta biết rằng, để đạt đến thời điểm phát ra tia lửa, ta nhất thiết phải duy trì lực ma sát liên tục để đều đặn tăng dần nhiệt độ lên đến mức mà que củi có thể bốc cháy. Tương tự, khi ta nỗ lực để phát triển những phẩm chất tinh thần như lòng bi mẫn, ta nhất thiết phải chuyên cần vận dụng những pháp tu tập tinh thần cần thiết để đạt đến kết quả mong muốn. Loay hoay với việc này theo cách ngẫu hứng sẽ chẳng mang lại chút lợi ích thật sự nào.

LÒNG TỪ ÁI

Trong khi lòng bi mẫn là mong muốn mọi người thoát khỏi khổ đau, thì lòng từ ái là mong muốn mọi người đều được hưởng hạnh phúc. Cũng giống như với lòng bi mẫn, khi ta nuôi dưỡng lòng từ ái thì điều quan trọng là phải bắt đầu bằng việc chọn một con người cụ thể để tập trung sự quán niệm, và sau đó mở rộng phạm vi quan tâm ngày càng rộng hơn nữa, cho đến mức hoàn thiện cuối cùng và bao gồm tất cả chúng sinh. Một lần nữa, ta cũng bắt đầu bằng cách chọn một đối tượng quán niệm là người không gây cảm xúc gì mạnh mẽ nơi ta. Sau đó, ta mở rộng sự quán niệm này đến bạn bè, người thân trong gia đình, và cuối cùng là những người đặc biệt đối nghịch với ta.

Đối tượng quán niệm của ta phải là một con người thật sự, và ta phải phát triển lòng từ bi hướng về người đó đến mức có thể thật sự khởi sinh lòng từ bi đối với tất cả những người khác. Mỗi lần thực hành ta chỉ nên chọn một người để quán niệm. Nếu không, pháp quán từ bi của ta có thể cuối cùng cũng chỉ tạo ra một cảm xúc rất chung chung đối với tất cả mọi người, và không tạo ra được sự tập trung hay năng lực đặc biệt cho sự quán niệm. Và như vậy, khi ta thật sự vận dụng sự quán niệm theo cách này hướng đến những con người đặc biệt mà ta không ưa thích, ta thậm chí có thể sẽ [không sinh khởi được lòng từ bi và] nghĩ rằng: "Ồ, hắn ta là một trường hợp ngoại lệ."

CHƯƠNG VIII
TỪ BI QUÁN

LÒNG BI MẪN VÀ TÁNH KHÔNG

Lòng bi mẫn mà ta nhất thiết phải đạt đến [qua quá trình tu tập] khởi sinh từ tuệ giác quán chiếu về *tánh Không*, bản chất rốt ráo của thực tại. Chính ở điểm này mà hai phạm trù "rộng lớn" và "sâu sắc" đã gặp nhau. Bản chất rốt ráo này, như đã giải thích ở chương 6: "Rộng lớn và sâu sắc...", là mọi khía cạnh của thực tại đều không có tự tính tự tồn tại, tất cả các pháp đều không có một tự tính đồng nhất. Chúng ta tự gán ghép phẩm chất "có tự tính tự tồn" này cho thân tâm ta, để rồi nhận thức về cái [khái niệm] trạng thái khách quan [do chính mình gán ghép] đó như là "bản ngã", hay "cái tôi". Cảm thức mạnh mẽ về bản ngã này sau đó lại bám víu vào một kiểu bản chất tự tồn nào đó của các pháp, chẳng hạn như là "tính chất xe" của một chiếc xe hơi mới mà ta khao khát.

Và kết quả của sự cụ thể hóa khái niệm như vừa nêu trên cùng với sự bám víu tiếp theo sau nó là ta cũng có thể sẽ phải trải qua những cảm xúc như sân hận hoặc khổ đau trong tình huống không có được đối tượng mà mình khao khát, như xe hơi, máy vi tính mới, hay có thể là bất kì sự vật gì. Sự cụ thể hóa như trên thực sự có nghĩa là, chính ta đã gán ghép cho các đối tượng ấy một thực thể mà chúng không hề có.

Khi lòng bi mẫn được kết hợp với sự nhận hiểu về cách thức mà tất cả những đau khổ của chúng ta đều xuất phát từ nhận thức sai lầm về bản chất thực tại, đó là lúc ta đạt được bước tiếp theo trên cuộc hành trình tâm linh. Khi ta nhận ra rằng nền tảng của khổ đau chính là nhận thức sai lầm này, là sự bám víu sai lầm vào một "cái tôi" không thực có, ta sẽ thấy rằng khổ đau có thể dứt trừ. Một khi ta trừ bỏ nhận thức sai lầm, ta sẽ không còn vướng vào khổ đau nữa.

Khi thấu rõ được rằng những đau khổ của con người là có thể ngăn ngừa, có thể khắc phục, lòng cảm thông của ta đối với sự thiếu khả năng tự giải thoát của chúng sinh sẽ dẫn đến một lòng bi mẫn còn mạnh mẽ hơn nữa. Nếu không rõ biết như vậy, cho dù lòng bi mẫn của ta có thể là mạnh mẽ, nhưng rất có thể ta sẽ rơi vào tình trạng thất vọng, thậm chí là tuyệt vọng.

QUÁN TỪ BI NHƯ THẾ NÀO?

Nếu ta thật sự muốn phát triển lòng bi mẫn, ta phải dành nhiều thời gian hơn cho điều đó chứ không chỉ giới hạn ở những thời ngồi thiền chính thức. Đó là mục tiêu mà ta nhất thiết phải toàn tâm toàn ý thệ nguyện đạt đến. Nếu mỗi ngày ta thực sự có được thời gian để ngồi quán niệm thì rất tốt. Như tôi đã đề nghị, buổi sáng sớm là thời gian rất tốt cho việc quán niệm như thế, vì tâm trí ta đặc biệt sáng suốt vào lúc ấy. Tuy nhiên, ta nhất thiết phải dành nhiều thời gian hơn cho việc nuôi dưỡng lòng bi mẫn chứ không chỉ là quán niệm vào buổi sáng. Chẳng hạn, trong những thời ngồi thiền chính thức ngoài buổi sáng, ta nỗ lực phát triển sự cảm thông và gần gũi với người khác. Ta quán chiếu về sự khổ đau bế tắc của họ.

Và một khi trong ta đã sinh khởi lòng bi mẫn chân thật sự, ta cần phải duy trì và hoàn toàn trải nghiệm tâm bi mẫn ấy, sử dụng pháp thiền chỉ mà tôi đã mô tả [trong chương trước] để duy trì sự tập trung mà không khởi sinh tư tưởng hay suy diễn. Điều này cho phép lòng bi mẫn thấm đẫm tràn ngập trong ta. Và khi cảm xúc bi mẫn bắt đầu yếu ớt dần đi, ta lại vận dụng suy luận [theo pháp thiền quán] để khơi dậy trở lại lòng bi mẫn của mình. Ta thay đổi qua lại giữa hai pháp thiền [chỉ và quán], rất giống như người thợ gốm làm việc với đất sét, cho nước vào nhồi và tạo hình đúng lúc cần thiết.

Thông thường, tốt nhất là ban đầu ta không nên dành quá nhiều thời gian cho những buổi thiền định chính thức. Ta sẽ không thể phát tâm từ bi với tất cả chúng sinh trong một sớm một chiều. Ta cũng sẽ không thành tựu trong một tháng hay một năm. Nếu ta có thể giảm thiểu khuynh hướng ích kỷ và phát triển đôi chút sự quan tâm đến người khác trước khi từ bỏ cõi đời, xem như ta đã sống có ích trong kiếp này. Thay vì thế, nếu ta cố ép mình phải đạt đến quả Phật trong một khoảng thời gian ngắn, không bao lâu ta sẽ mệt mỏi trong việc hành trì. [Khi ấy], chỉ riêng quang cảnh nơi ta ngồi thiền chính thức mỗi buổi sáng cũng đủ để khơi dậy sự nản lòng.

TÂM ĐẠI BI

Trạng thái Phật quả tối thượng được tin là có thể đạt đến trong một đời người. Đó là đối với những hành giả phi thường đã trải qua nhiều kiếp tu tập trước đây để chuẩn bị cho cơ hội [thành tựu] này. Ta chỉ có thể cảm thấy khâm phục những hành giả như thế và noi gương họ để phát triển sự kiên trì thay vì cố ép mình đến bất kỳ mức độ thái quá nào. Tốt nhất là ta đi theo con đường trung đạo, tránh đi sự thờ ơ lãnh đạm và sự cuồng nhiệt quá độ.

Ta cần phải chắc chắn rằng, dù bất cứ việc gì ta làm cũng đều duy trì được một phần tác động hay ảnh hưởng từ sự thực hành thiền định, nhằm định hướng cho mọi hành vi của ta trong đời sống hằng ngày. Nhờ làm được như thế nên mọi việc ta làm ngoài những thời thiền định chính thức đều trở thành một phần trong sự rèn luyện tâm từ bi. Thật không khó để phát triển sự thương cảm đối với một em bé trong bệnh viện hay một người quen đang đau khổ than khóc vì cái chết của người bạn đời. Ta nhất thiết phải bắt đầu suy xét đến việc làm thế nào để tâm hồn rộng mở đến cả những người mà ta thường ganh ghét, những người có cuộc sống tốt đẹp và giàu sang. Với nhận thức ngày càng sâu sắc hơn về bản chất khổ đau, đã đạt được từ những buổi ngồi thiền, ta sẽ có được khả năng hướng tâm bi mẫn đến cả những người như thế.

Cuối cùng, ta phải có được khả năng hướng [tâm bi mẫn] về tất cả chúng sinh cũng theo cách như vậy, thấy được rằng tình trạng của họ luôn phụ thuộc vào những điều kiện của vòng sanh tử luân hồi. Bằng cách này, mọi sự tương tác giữa ta và người khác đều trở thành những chất xúc tác để lòng bi mẫn của ta càng thêm sâu sắc hơn. Đây là cách thức để ta giữ cho tâm hồn rộng mở trong cuộc sống hằng ngày, ngoài những thời gian thiền định chính thức.

Lòng bi mẫn chân thật luôn có sự mãnh liệt và phát khởi tự nhiên giống như tình yêu người mẹ dành cho đứa con đau khổ của mình. Suốt trong ngày, sự quan tâm của người mẹ như thế dành cho con mình luôn ảnh hưởng đến mọi suy nghĩ và hành động của bà ta. Đây là thái độ mà ta cần phải nỗ lực nuôi dưỡng hướng đến mỗi một và tất cả chúng sinh. Khi ta kinh nghiệm được điều này, ta đã phát khởi được tâm đại bi.

Một khi ta đã có được cảm xúc sâu sắc nhờ vào lòng đại từ đại bi và tâm hồn đã rung động bởi những ý tưởng vị tha, nhất định ta sẽ phát nguyện hiến mình cho sự giải thoát tất cả chúng sinh khỏi những khổ đau mà họ đang gánh chịu trong vòng luân hồi, là vòng xoay của sự sinh ra, chết đi rồi tái sinh mà tất cả chúng ta đều là những tù nhân bị giam hãm trong đó. Nỗi khổ đau của ta không chỉ giới hạn trong hoàn cảnh hiện tại. Theo quan điểm Phật giáo, hoàn cảnh hiện tại được làm người như chúng ta là tương đối thoải mái. Tuy nhiên, ta sẽ chịu đựng khó khăn hơn nhiều trong tương lai nếu ta không tận dụng được cơ hội hiện tại. Lòng bi mẫn giúp ta kiềm chế được cách suy nghĩ ích kỷ. Ta trải nghiệm được niềm hỷ lạc lớn lao và không bao giờ rơi vào cực đoan của việc mưu cầu hạnh phúc và sự giải thoát cho riêng mình. Ta tiếp tục nỗ lực để phát triển và hoàn thiện đức hạnh và trí tuệ. Với lòng bi mẫn như thế, cuối cùng ta sẽ đạt được tất cả những điều kiện cần thiết để đạt đến giác ngộ. Vì vậy, ta nhất thiết phải nuôi dưỡng lòng bi mẫn ngay từ lúc khởi đầu con đường tâm linh của mình.

Cho đến đây, chúng ta đã đề cập đến những pháp hành trì giúp ta kiềm chế được những cung cách cư xử bất thiện. Ta đã bàn về cách thức hoạt động của tâm thức và ta nhất thiết phải rèn luyện tâm thức theo cách rất giống như ta vẫn làm với các đối tượng vật chất, bằng cách áp dụng những hành vi nhất định để mang lại những kết quả mong muốn. Ta nhận ra rằng, tiến trình rộng mở tâm hồn cũng không khác biệt. Không có phương pháp bí mật nào để giúp tạo ra lòng từ bi. Ta nhất thiết phải nhào luyện tâm thức một cách khéo léo, và với sự kiên trì, bền chí, ta sẽ nhận thấy rằng mối quan tâm của ta đối với hạnh phúc của người khác sẽ được tăng trưởng.

CHƯƠNG IX
NUÔI DƯỠNG TÂM AN ĐỊNH

Để có lòng bi mẫn chân thật đối với tất cả chúng sinh, ta phải loại trừ bất kỳ định kiến thiên vị nào trong thái độ ứng xử. Cách nhìn thông thường của ta về người khác bị chi phối hoàn toàn bởi những cảm xúc phân biệt luôn dao động. Ta luôn cảm thấy gần gũi với những người ta thương yêu. Với những người xa lạ hoặc chỉ quen biết sơ qua, ta luôn cảm thấy có khoảng cách. Và rồi với những người mà ta xem như thù địch, không thân thiện hoặc cách biệt, ta luôn cảm thấy căm ghét hoặc khinh bỉ. Tiêu chuẩn cho sự phân biệt giữa bạn và thù của ta dường như rất đơn giản. Nếu ai đó gần gũi hoặc tử tế với ta, thì người đó là bạn. Nếu ai đó gây khó khăn hoặc làm hại ta, đó là kẻ thù. Kèm theo với sự yêu mến ta dành cho những người thương yêu là những tình cảm như tham luyến và sự khao khát thôi thúc ta bộc lộ những cử chỉ trìu mến, thân mật. Tương tự như thế, ta nhìn những người mà ta không ưa thích qua những cảm xúc tiêu cực như giận dữ hoặc căm ghét. Vì vậy, lòng bi mẫn của ta đối với người khác luôn bị giới hạn, thiên vị, có định kiến, và tùy thuộc vào điều kiện là ta có cảm thấy gần gũi với họ hay không.

Lòng bi mẫn chân thật nhất thiết phải là vô điều kiện. Ta phải nuôi dưỡng tâm an định để vượt lên trên bất kỳ cảm xúc phân biệt và thiên vị nào. Có một phương pháp để nuôi dưỡng tâm an định là quán niệm về tính chất không cố định của tình bằng hữu. Trước hết ta phải suy xét, không có gì bảo đảm rằng người bạn thân của ta hôm nay sẽ mãi mãi là bạn ta. Tương tự, ta có thể hình dung rằng sự ghét bỏ của ta đối với một ai đó không nhất thiết là sẽ kéo dài vô hạn. Những quán chiếu như thế làm phân tán và suy yếu đi những cảm xúc mạnh mẽ của sự thiên vị, làm giảm thiểu cảm giác rằng sự tham luyến của ta là mãi mãi không thay đổi.

Ta cũng có thể suy ngẫm về những hệ quả tiêu cực của sự tham luyến mạnh mẽ đối với những người bạn và sự căm ghét đối với kẻ thù. Tình cảm của ta dành cho một người bạn hay người ta thương yêu đôi khi làm cho ta mù quáng trước một số khía cạnh nào đó của người ấy. Ta phóng chiếu lên người ấy một phẩm chất hoàn toàn đáng yêu, tuyệt đối hoàn hảo. Và rồi ta bị sốc khi thấy điều gì đó trái ngược với những phóng chiếu của ta. Ta thay đổi từ cực đoan của sự yêu thương và khao khát sang sự thất vọng, ghét bỏ và đôi khi thậm chí là giận dữ. Ngay cả cảm giác hài lòng và thoả mãn trong một mối quan hệ với người nào đó mà ta yêu thương cũng có thể dẫn đến sự thất vọng, vỡ mộng và căm ghét. Mặc dù ta có thể cảm thấy những cảm xúc mạnh mẽ như tình yêu nam nữ hoặc sự căm ghét chính đáng là có sức thuyết phục sâu xa, nhưng sự hài lòng mà chúng mang lại chỉ là trong thoáng chốc. Theo quan điểm của đạo Phật, việc tránh xa sự chế ngự của những tình cảm như thế ngay từ ban đầu sẽ tốt hơn rất nhiều.

Hậu quả của việc bị chế ngự bởi lòng căm ghét mãnh liệt là gì? Chữ "căm ghét" trong tiếng Tây Tạng là *"shedang"*, hàm nghĩa là sự thù nghịch hằn sâu trong tâm hồn. Có phần nào đó không hợp lý khi ta đáp trả với sự bất công hoặc gây hại của người khác bằng sự đối nghịch. Sự căm ghét của ta không gây ảnh hưởng vật lý gì đến kẻ thù; nó không hề gây hại cho họ. Đúng hơn, chính ta là người phải gánh chịu hậu quả tồi tệ của sự cay đắng tràn ngập [tâm hồn] như thế. Nó gặm nhấm ta từ bên trong. Sự giận dữ bắt đầu khiến cho ta dần dần ăn không ngon, ngủ không yên và cuối cùng phải trằn trọc, trăn trở suốt đêm trường. Nó ảnh hưởng mạnh mẽ đến ta, trong khi những kẻ thù của ta thì vẫn vậy, thật sung sướng không biết gì đến tình trạng sa sút của ta.

Khi loại bỏ được sự căm ghét và giận dữ, ta có thể phản ứng với những hành vi gây hại cho ta một cách hiệu quả hơn nhiều. Nếu ta tiếp cận sự việc bằng một tâm trí bình thản, ta có thể nhìn nhận vấn đề một cách rõ ràng hơn và phán đoán được cách tốt nhất để giải quyết. Chẳng hạn, nếu một đứa bé đang làm điều gì đó sai trái, có thể gây nguy hiểm cho chính bản thân em hoặc người khác, như là đùa nghịch với những que diêm, ta có thể trách phạt em. Khi ta đối xử theo cách thẳng thắn như thế, hành động của ta có nhiều khả năng đạt đến mục đích hơn. Đứa trẻ sẽ không phải phản ứng với sự giận dữ của ta, mà là với sự quan tâm và nhận thức của ta về sự nguy cấp.

Đây chính là phương cách để chúng ta nhận ra rằng, kẻ thù đích thực của ta thật sự nằm trong chính bản thân ta. Chính sự ích kỷ, tham ái và sân hận của ta đã gây hại cho ta. Khả năng gây hại cho ta của những kẻ mà ta xem là thù nghịch thật ra là rất hạn chế. Nếu ai đó thách thức ta và ta có thể dựa vào giới hạnh tự thân để kiềm chế không trả đũa, thì rất có thể là dù người ấy có thực hiện bất kỳ điều gì, những hành vi ấy cũng không khiến tâm ta bị xáo trộn. Ngược lại, ngay vào lúc những cảm xúc mạnh mẽ như giận dữ quá độ, căm ghét hay khao khát vừa sinh khởi trong ta, chúng lập tức làm xáo trộn tâm trí, lập tức hủy hoại sự an ổn tinh thần của ta và mở tung cánh cửa để những bất hạnh và đau khổ tràn vào phá sạch đi mọi thành tựu của ta trên con đường tu tập tâm linh.

Khi ta nỗ lực để phát triển tâm an định, ta có thể suy xét rằng, ngay chính những ý niệm về bạn và thù là có thể thay đổi và phụ thuộc vào nhiều yếu tố. Không một ai khi sinh ra đã là bạn hay thù của ta, và thậm chí không hề có sự đảm bảo rằng những người thân thiết sẽ mãi mãi là bạn ta. Bạn và thù được định nghĩa dựa theo sự tiếp cận và cung cách cư xử của người khác đối với ta. Những người mà ta tin là có thiện ý với ta, yêu thương và quan tâm đến ta thì nói chung được ta xem là bạn, là người thân thiết. Những người mà ta tin rằng có ác ý và muốn gây hại cho ta thì đó là kẻ thù của ta. Vì thế, ta xem người khác là bạn hay thù đều dựa trên sự cảm nhận của riêng ta về suy nghĩ và tình cảm mà họ dành cho ta. Như vậy, chẳng có ai sẵn mang bản chất là bạn hay thù của ta cả.

Ta thường nhầm lẫn giữa hành vi của một con người với chính bản thân con người đó. Thói quen này đưa ta đến kết luận rằng chỉ vì một hành vi hay lời nói cụ thể nào đó mà một người là kẻ thù của ta. Thế nhưng, [về bản chất thì] con người vốn chỉ đơn giản là con người, không hề [sẵn có những tính chất như] bạn hay thù, là Phật tử hay tín đồ Thiên Chúa, là người Trung Quốc hay người Tây Tạng... Do tác động của hoàn cảnh, người mà trước đây là đối tượng công kích của ta có thể thay đổi và trở thành người bạn thân thiết nhất của ta. Không có gì đáng ngạc nhiên với những suy nghĩ kiểu như: "Ồ, ngày trước bạn từng đối xử với tôi chẳng ra gì, nhưng giờ đây chúng ta là những người bạn rất tốt của nhau."

Còn có một phương pháp khác để nuôi dưỡng sự an định và vượt qua những cảm xúc thiên vị, phân biệt. Đó là quán chiếu về việc tất cả chúng ta đều bình đẳng như thế nào trong ước muốn được hạnh phúc và vượt qua khổ đau. Hơn thế nữa, tất cả chúng ta đều cảm nhận được rằng, về cơ bản ta có quyền thực hiện ước muốn đó.

Chúng ta làm thế nào khẳng định được quyền cơ bản này? Rất đơn giản, đó là một phần trong bản chất tự nhiên của chúng ta. Tôi không phải là người duy nhất để có được đặc quyền ưu tiên. Bạn cũng không phải là người duy nhất giữ đặc quyền ưu tiên. Mong muốn được hạnh phúc và vượt qua đau khổ là một phần trong bản chất tự nhiên của tôi cũng như của bạn. Và nếu điều đó là đúng, thì tất cả những người khác cũng đều giống như chúng ta, đều có quyền được hạnh phúc và vượt qua đau khổ, đơn giản chỉ vì họ cũng có cùng bản chất tự nhiên như ta. Chính trên nền tảng của sự bình đẳng này mà ta phát triển tâm an định đối với hết thảy mọi người. Trong khi thiền quán, ta phải nỗ lực để nuôi dưỡng cách nhìn nhận rằng: "Cũng giống như bản thân tôi luôn mong ước được hạnh phúc và vượt qua khổ đau, tất cả những người khác cũng vậy; và cũng giống như bản thân tôi có quyền tự nhiên thực hiện mong ước này, tất cả những người khác cũng vậy." Ta nên lặp lại ý nghĩ này nhiều lần khi thiền quán cũng như trong sinh hoạt đời thường, cho đến khi nó thấm đẫm vào nhận thức của ta.

Còn một suy xét cuối cùng là, trong xã hội loài người, hạnh phúc của chúng ta phụ thuộc rất nhiều vào hạnh phúc của những người khác, và ngay chính sự tồn tại của ta cũng là kết quả đóng góp của rất nhiều người. Sự ra đời của ta phụ thuộc vào cha mẹ, và rồi ta cần có sự chăm sóc và yêu thương của cha mẹ trong những năm sau đó. Cho đến phương kế sinh nhai, nơi ăn chốn ở của ta, thậm chí là sự thành công và danh vọng của ta, cũng đều là kết quả đóng góp của vô số con người. Dù là trực tiếp hay gián tiếp, có vô số những người khác liên quan đến sự tồn tại của ta - đó là chưa nói đến hạnh phúc của ta.

Nếu ta mở rộng cách suy luận này ra khỏi phạm vi một đời người, ta có thể hình dung rằng, suốt qua những kiếp sống trước đây của ta - thực ra là từ vô thủy đến nay - đã có vô số người khác từng đóng góp nhiều vô kể cho hạnh phúc của ta. Từ đó, ta đi đến kết luận: "Mình dựa vào đâu mà đối xử phân biệt? Làm sao mình có thể đối xử thân thiện với một số người và thù địch với những người khác? Mình phải vượt qua mọi cảm xúc phân biệt và thiên vị. Mình phải làm lợi ích cho tất cả mọi người, ai cũng như ai."

THIỀN QUÁN ĐỂ AN ĐỊNH

Ta tu tập như thế nào để nhận thức được sự bình đẳng về cơ bản của tất cả chúng sinh? Tốt nhất là hãy nuôi dưỡng cảm xúc an định bằng cách chú tâm trước hết vào những người tương đối xa lạ hoặc chỉ quen biết sơ qua, tức là những người mà ta không có cảm xúc mạnh mẽ theo bất kỳ khuynh hướng nào. Từ khởi điểm đó, bạn phải quán chiếu một cách bình đẳng, rồi hướng đến bạn bè và sau đó nữa là những kẻ thù nghịch. Khi đã đạt được một cách nhìn không thiên lệch đối với tất cả chúng sinh rồi, bạn nên thiền quán về lòng yêu thương, nguyện cho chúng sinh đạt được hạnh phúc mà họ mong cầu.

Hạt giống bi mẫn sẽ phát triển nếu bạn gieo trồng trên mảnh đất màu mỡ là một nhận thức thấm đượm tình thương yêu. Khi bạn đã tưới tẩm cho tâm thức bằng tình thương yêu, bạn có thể bắt đầu thiền quán về lòng bi mẫn. Ở đây, lòng bi mẫn chỉ đơn giản là niềm mong ước cho tất cả chúng sinh hữu tình đều được thoát khỏi khổ đau.

CHƯƠNG X
TÂM BỒ-ĐỀ

Ta đã nói nhiều về lòng bi mẫn, sự an định và ý nghĩa của việc nuôi dưỡng những phẩm chất này trong cuộc sống hằng ngày. Khi ta phát huy lòng bi mẫn đến mức độ tự mình cảm thấy có trách nhiệm với tất cả chúng sinh, ta sẽ thấy thôi thúc muốn hoàn thiện khả năng của mình để phụng sự chúng sinh. Đạo Phật gọi tâm nguyện muốn đạt đến trạng thái hoàn thiện như vậy là tâm Bồ-đề, và người đã phát tâm như vậy là một vị Bồ Tát.

Có hai phương pháp để phát khởi tâm Bồ-đề. Phương pháp thứ nhất được gọi là Bảy suy niệm theo nhân quả, xoay quanh cách nhìn nhận rằng tất cả chúng sinh đều đã từng là mẹ ta trong quá khứ. Phương pháp thứ hai là Hoán chuyển vị trí của chính mình với người khác, trong đó ta nhìn tất cả những chúng sinh khác như chính bản thân mình. Cả hai phương pháp này đều được xem là những thực hành phương tiện, hay thuộc về khía cạnh "rộng lớn" của con đường tu tập.

BẢY SUY NIỆM THEO NHÂN QUẢ LÀM SINH KHỞI TÂM BỒ-ĐỀ

Nếu ta đã từng tái sinh nhiều lần nối tiếp nhau, thì rõ ràng là phải có nhiều người mẹ để sinh ra ta. Cũng nên lưu ý rằng, sự sinh ra của chúng ta không chỉ giới hạn ở Trái đất. Theo quan điểm của đạo Phật, chúng ta đã trôi lăn trong vòng sanh tử từ rất lâu trước khi Trái đất này hiện hữu. Vì vậy, những kiếp sống quá khứ của ta nhiều đến mức không thể xác định, và những chúng sinh đã từng làm mẹ ta cũng nhiều không thể xác định. Như thế, [suy niệm] đầu tiên làm sinh khởi tâm Bồ-đề chính là nhận biết rằng tất cả chúng sinh đều đã từng là mẹ ta.

Lòng yêu thương và từ ái của mẹ ta dành cho ta trong kiếp này thật khó đền đáp. Người đã phải trải qua nhiều đêm không ngủ để chăm sóc khi ta còn là đứa trẻ sơ sinh non nớt. Người nuôi nấng ta và sẵn lòng hy sinh mọi thứ, kể cả sự sống của chính mình, để đổi lấy sự sống cho ta. Khi ta suy ngẫm về điển hình thương yêu tận tụy của mẹ ta trong đời này, ta nên suy xét rằng mỗi một chúng sinh trong quá trình tồn tại [từ vô thủy đến nay] cũng đều đã từng [có lần] thương yêu chăm sóc ta giống như thế. Mỗi một sinh vật như con chó, con mèo, con cá, con ruồi... cho đến tất cả loài người đều đã từng là mẹ ta vào một thời điểm nào đó trong quá khứ từ vô thủy, và đã từng dành cho ta sự thương yêu chăm sóc vô bờ bến. Suy nghĩ như thế sẽ khiến ta khởi lên lòng cảm kích biết ơn [đối với hết thảy chúng sinh]. Đây là suy niệm thứ hai làm sinh khởi tâm Bồ-đề.

Khi ta hình dung điều kiện hiện tại của tất cả chúng sinh [đã từng là mẹ ta], ta bắt đầu khởi lên mong muốn giúp đỡ họ thay đổi số phận. Đây là [suy niệm] thứ ba làm sinh khởi tâm Bồ-đề, và từ đó dẫn đến [suy niệm] thứ tư làm sinh khởi tâm Bồ-đề, chính là lòng yêu thương trìu mến đối với tất cả chúng sinh. Tình cảm này lôi cuốn ta hướng về tất cả chúng sinh, tương tự như cảm xúc của một đứa trẻ khi được gặp mẹ. Điều này đưa đến lòng bi mẫn khởi sinh trong ta, và đây là [suy niệm] thứ năm làm sinh khởi tâm Bồ-đề.

Lòng bi mẫn chính là tâm nguyện muốn cứu giúp những

chúng sinh đau khổ, những người từng là mẹ ta, thoát khỏi tình trạng khổ đau của họ. Vào lúc này, ta cũng khởi sinh lòng từ ái, là tâm nguyện mong muốn cho tất cả chúng sinh đều đạt được hạnh phúc. Khi trải qua những giai đoạn [nhận lãnh] trách nhiệm [đối với tất cả chúng sinh], ta phát triển từ tâm nguyện muốn cho tất cả chúng sinh đạt được hạnh phúc và thoát khỏi khổ đau, dần dần tiến lên đến mức chính bản thân ta nhận lãnh trách nhiệm giúp đỡ chúng sinh đạt đến trạng thái vượt thoát khổ đau. [Đó là suy niệm thứ sáu làm sinh khởi tâm Bồ-đề.]

Và đây là [suy niệm] cuối cùng làm sinh khởi tâm Bồ-đề. Khi ta khảo sát mọi điều nhằm tìm ra cách tốt nhất để giúp đỡ người khác, ta sẽ hướng đến việc phải đạt được sự giác ngộ viên mãn và trạng thái Nhất thiết trí của quả vị Phật.

Câu hỏi tiềm ẩn trong phương pháp [suy niệm] này chính là trọng tâm của Phật giáo Đại thừa: Nếu tất cả những chúng sinh khác, những người từng đối xử tốt với ta từ vô thủy đến nay, hiện đang đau khổ, làm sao ta có thể nỗ lực tự thân chỉ để mưu cầu hạnh phúc cho riêng mình? Đi tìm hạnh phúc cho riêng ta, bất chấp những khổ đau mà người khác đang trải qua, thì thật là một bi kịch bất hạnh. Vì vậy, rõ ràng là ta phải cố gắng giải thoát tất cả chúng sinh khỏi mọi khổ đau. Phương pháp này giúp ta nuôi dưỡng tâm nguyện thực hiện điều đó.

HOÁN CHUYỂN VỊ TRÍ CỦA CHÍNH MÌNH VỚI NGƯỜI KHÁC

Phương pháp thứ hai để phát khởi tâm Bồ-đề - tức là tâm nguyện đạt đến sự giác ngộ tối thượng vì lợi ích cho tất cả chúng sinh - là *hoán chuyển vị trí của chính mình với người khác*. Trong phương pháp này, ta nỗ lực nhận ra mình phụ thuộc vào người khác như thế nào để có được mọi thứ. Ta suy ngẫm về ngôi nhà ta đang ở, quần áo ta mặc, con đường ta đi, tất cả đều có được nhờ vào sự làm việc cực nhọc của người khác. Để có được chiếc áo ta đang mặc, đã có quá nhiều công việc phải được thực hiện, từ việc trồng cây bông vải đến dệt vải và may thành áo... Miếng bánh mì ta ăn phải được nướng chín bởi một người nào đó. Cây lúa mì phải được trồng bởi một người khác nữa, và sau khi tưới nước bón phân, phải được thu hoạch để rồi xay ra thành bột. Bột này còn phải được nhào nặn và nướng chín trong lò theo đúng cách. Thật không thể kể hết tất cả những người đã liên quan đến việc cung cấp cho ta chỉ một miếng bánh mì đơn giản. Trong nhiều trường hợp, máy móc làm được rất nhiều công việc; tuy nhiên, máy móc cũng phải được [ai đó] phát minh và chế tạo, rồi cũng phải có người vận hành.

Ngay cả những phẩm tính cá nhân của chúng ta như sự kiên nhẫn và ý thức đạo đức, cũng đều được phát triển phụ thuộc vào người khác. Thậm chí ta có thể đạt đến sự cảm kích rằng những ai gây khó khăn cho ta chính là đang cho ta cơ hội để phát triển sự nhẫn nhục. Thông qua sự rèn luyện tư tưởng như trên, ta nhận biết được rằng ta phụ thuộc vào người khác như thế nào để tận hưởng được mọi thứ trong cuộc sống. Ta phải nỗ lực phát triển nhận thức này trong mọi sinh hoạt đời thường sau mỗi buổi sáng thực hành thiền. Có quá nhiều những ví dụ về sự phụ thuộc của ta vào người khác. Khi ta nhận biết được những điều đó, ý thức trách nhiệm của ta đối với người khác sẽ phát triển, và tâm nguyện đền đáp lòng tốt của những người ấy cũng phát triển theo.

Ta cũng phải suy ngẫm về việc những hành vi thúc đẩy bởi tâm vị kỷ, tuân theo luật nhân quả, đã dẫn đến những khó khăn mà ta phải đối mặt hằng ngày như thế nào. Khi ta xem xét trường hợp của chính mình, ta thấy rõ những khuynh hướng ích kỷ của ta là vô nghĩa như thế nào và vì sao chỉ có những hành động vị tha, dấn thân giúp đỡ người khác mới là cách cư xử hợp lý nhất. Một lần nữa, suy xét này hướng ta đến điều cao cả nhất trong tất cả các hành động: dấn thân vào con đường đạt đến quả Phật để cứu giúp tất cả chúng sinh.

Khi vận dụng phương pháp hoán chuyển vị trí của chính mình với người khác, điều quan trọng là ta cũng phải tu tập phát triển sự kiên nhẫn, vì một trong những trở ngại chính đối với sự phát triển và hoàn thiện lòng bi mẫn cũng như tâm Bồ-đề chính là thiếu sự kiên trì và nhẫn nhục.

Dù chọn phương pháp nào để phát triển tâm Bồ-đề, ta cũng phải luôn giữ vững niềm tin và nuôi dưỡng tâm nguyện cao cả nhất này mỗi ngày, trong các buổi thiền tập chính thức cũng như sau đó. Ta phải nỗ lực chuyên cần để giảm trừ những khuynh hướng ích kỷ và thay vào đó là những khuynh hướng cao thượng bao gồm trong lý tưởng Bồ Tát. Điều quan trọng là trước tiên ta phải phát triển được một cảm thức mạnh mẽ của sự an định, khuynh hướng cảm thông vô phân biệt đối với tất cả chúng sinh. Những hạnh nguyện cao cả của chúng ta sẽ rất khó phát huy hiệu quả nếu ta tiếp tục nuôi dưỡng những định kiến thiên lệch, vì những hạnh nguyện ấy sẽ chỉ hướng về những ai mà ta cảm thấy thân thiết.

Trong khi ta nỗ lực phát triển hạnh nguyện cao cả của

tâm Bồ-đề, nhiều chướng ngại sẽ tự chúng bộc lộ. Những cảm xúc nội tại của sự tham luyến và thù nghịch sẽ sinh khởi để hủy hoại dần những thành tựu của ta. Ta thấy mình bị cuốn theo những thói quen cũ làm mất thời gian vô ích, như xem ti vi hoặc thường xuyên giao tiếp với những bạn xấu, là những người lôi kéo ta rời xa mục tiêu cao cả mà ta đã thệ nguyện đạt đến. Ta phải nỗ lực để vượt qua những khuynh hướng và cảm xúc như thế, nhờ vào các phương pháp thiền định được trình bày trong sách này. Dưới đây là những bước nhất thiết phải được thực hiện.

Trước hết, ta phải nhận ra rằng những cảm xúc phiền não và thói quen xấu chính là biểu hiện của tâm tham ái vẫn còn đang tiếp diễn, và một lần nữa suy xét về bản chất tai hại của chúng. Tiếp đến, ta phải vận dụng những phương pháp đối trị thích hợp và củng cố quyết tâm không buông thả theo những cảm xúc như thế nữa. Ta phải duy trì sự chú tâm vào thệ nguyện của mình đối với tất cả chúng sinh hữu tình.

Chúng ta đã tìm hiểu qua phương pháp để rộng mở tâm hồn mình. Lòng bi mẫn là yếu tố hết sức thiết yếu của một tâm hồn rộng mở và nhất thiết phải được nuôi dưỡng xuyên suốt trong hành trình tu tập của ta. Sự điềm tĩnh an định sẽ loại bỏ mọi thành kiến và vun đắp lòng vị tha của chúng ta đến hết thảy chúng sinh hữu tình. Tâm Bồ-đề là thệ nguyện thật sự bắt tay vào việc giúp đỡ chúng sinh. Bây giờ, chúng ta sẽ học hỏi về các phương pháp để phát triển sự tập trung cần thiết nhằm nuôi dưỡng khía cạnh còn lại trong sự tu tập, đó là trí tuệ.

CHƯƠNG XI
SỰ AN ĐỊNH

Sự an định, hay nhất tâm, là một hình thức thiền tập trong đó bạn lựa chọn một đối tượng rồi chú tâm hoàn toàn vào đó. Mức độ tập trung sẽ không đạt được ngay chỉ trong một lần ngồi thiền. Bạn nhất thiết phải luyện tâm qua từng mức độ. Dần dần, bạn sẽ thấy tâm trí mình ngày càng có khả năng tập trung chú ý cao hơn. Sự an định là trạng thái ổn định của tâm thức khi bạn có thể duy trì tập trung lâu dài vào một đối tượng tinh thần tùy theo ý muốn, với một sự định tĩnh hoàn toàn không bị phân tán.

Trong sự tu tập pháp thiền này (thiền chỉ), cũng giống như với mọi pháp thiền khác, cần nhắc lại rằng động cơ tu tập là quan trọng hơn cả. Kỹ năng tập trung vào một đối tượng duy nhất có thể được vận dụng vào rất nhiều mục đích khác nhau. Đây chỉ thuần túy là một kỹ năng, và kết quả của nó được quyết định bởi động cơ thực hành của bạn. Là những người tu tập tâm linh, điều tự nhiên là chúng ta quan tâm đến động cơ và mục tiêu đạo đức. Bây giờ ta hãy phân tích những khía cạnh kỹ thuật của phương pháp tu tập này.

Sự an định được nhiều tín đồ của những tôn giáo khác nhau tu tập. Người tu tập pháp thiền này bắt đầu tiến trình tu tập bằng cách chọn một đối tượng thiền quán. Một tín đồ Thiên chúa giáo có thể chọn cây thánh giá hay Đức mẹ Đồng trinh làm mục tiêu của sự chú tâm khi thiền quán. Có thể khó khăn hơn cho người theo đạo Hồi giáo vì đạo này không có biểu tượng hình ảnh, nhưng họ có thể sử dụng niềm tin vào thánh Allah [như một đối tượng], vì đối tượng của thiền quán không nhất thiết phải là một đối tượng vật thể hay nhìn thấy được. Vì vậy, người ta có thể duy trì sự chú tâm vào đức tin sâu xa nơi Thượng đế, hoặc cũng có thể chú tâm vào thánh địa Mecca. Trong các bản văn Phật giáo thường sử dụng hình ảnh đức Phật Thích-ca Mâu-ni như một đối tượng điển hình cho sự chú tâm. Một trong những lợi ích của điều này là giúp cho nhận thức của hành giả về những phẩm tính siêu việt của một vị Phật càng thêm sâu sắc, cùng với sự cảm kích về lòng từ bi của ngài. Kết quả là hành giả có được một cảm nhận mạnh mẽ hơn về sự gần gũi với đức Phật.

Hình ảnh đức Phật mà bạn chú tâm trong pháp thiền này không nên là bức tranh hay bức tượng. Mặc dầu bạn có thể sử dụng hình tượng cụ thể để giúp bạn quen thuộc dần với hình dáng và kích thước của đức Phật, nhưng [trong thiền quán thì] bạn nhất thiết phải chú tâm vào hình tượng của đức Phật *trong tâm hồn*. Bạn phải khởi lên trong tâm trí một hình dung về đức Phật. Một khi bạn làm được như vậy, tiến trình của sự an định có thể được bắt đầu.

Đức Phật được hình dung trong tâm trí bạn không nên quá xa, cũng không nên quá gần. Bạn nên hình dung đức Phật ở khoảng ngang tầm chân mày, ngay phía trước mặt bạn khoảng 1,2 mét là được. Chiều cao của hình tượng Phật nên được hình dung vào khoảng 7 - 10 cm hoặc nhỏ hơn. Việc hình dung một hình tượng Phật nhỏ nhưng tỏa sáng, như thể được tạo thành bằng ánh hào quang, sẽ rất hữu ích. Hình dung một hình ảnh tỏa sáng giúp làm giảm khuynh hướng tự nhiên rơi vào trạng thái hôn trầm hay buồn ngủ. Mặt khác, bạn cũng nên cố hình dung một hình tượng có sức nặng. Nếu hình ảnh đức Phật được cảm nhận với một trọng lượng nào đó, khuynh hướng bất an có thể được chế ngự.

Cho dù bạn có chọn đối tượng thiền quán là gì đi chăng nữa, sự chú tâm của bạn cũng nhất thiết phải ổn định và sáng suốt. Sự ổn định giảm đi vì sự phấn khích và tính chất phân tán, xao lãng của tâm thức, vốn là một khía cạnh của tham ái. Tâm thức rất dễ bị chi phối bởi những dòng suy nghĩ về các đối tượng mà ta khao khát. Những suy nghĩ như thế ngăn cản ta phát triển phẩm tính an định cần thiết để thật sự an trú nơi đối tượng thiền quán đã chọn. Mặt khác, sự sáng suốt bị che mờ hơn nữa bởi sự phóng dật, buông thả, đôi khi cũng được gọi là một chướng ngại của tâm thức.

Việc phát triển sự an định đòi hỏi bạn phải dấn thân hoàn toàn vào tiến trình cho đến khi bạn trở nên lão luyện. Một môi trường yên ổn, tĩnh lặng được xem là thiết yếu, cũng như phải có được những người bạn hỗ trợ. Bạn cần phải tạm gác lại mọi nỗi lo toan trong đời sống thế tục - chuyện gia đình, chuyện kinh doanh hay các mối quan hệ xã hội - và hoàn toàn dành trọn tâm trí vào việc phát triển sự chú tâm. Trong giai đoạn ban đầu, tốt nhất là bạn nên ngồi thiền nhiều lần với khoảng thời gian ngắn trong ngày, có thể khoảng mười đến hai mươi lần, mỗi lần mười lăm đến hai mươi phút là thích hợp. Khi sự chú tâm của bạn đã phát triển, bạn có thể kéo dài hơn thời gian mỗi lần ngồi thiền và giảm số lần trong ngày. Bạn nên ngồi theo một tư thế thiền định chính thức (kiết già hoặc bán già), giữ lưng thật thẳng. Nếu bạn tu tập thật chuyên cần, bạn có thể đạt được sự an định chỉ trong vòng sáu tháng.

Một thiền giả phải học cách đối trị với các chướng ngại khi chúng xuất hiện. Khi tâm thức có vẻ như trở nên phấn khích và bị cuốn theo một ký ức dễ chịu hay một áp lực trách nhiệm nào đó, hành giả nhất thiết phải nhận biết ngay và hướng tâm quay về chú ý vào đối tượng đã chọn. Cần nhắc lại ở đây rằng, chánh niệm là phương tiện giúp ta làm được điều đó. Khi bạn mới bắt đầu phát triển sự an định, thật khó để giữ tâm hướng vào đối tượng lâu dài hơn chốc lát. Nhờ phương tiện là chánh niệm, bạn hướng tâm liên tục quay lại với đối tượng. Và một khi ta đã chú tâm được vào đối tượng thì chính nhờ vào chánh niệm mà sự chú tâm đó được duy trì, không bị phân tán.

Sự quán chiếu nội tâm bảo đảm rằng sự chú tâm của ta luôn tiếp tục ổn định và sáng suốt. Nhờ vào sự nội quán, ta có thể nhận biết được ngay khi tâm thức trở nên phấn khích hay phân tán. Những người quá năng động và nhanh nhẹn đôi khi không thể nhìn thẳng vào mắt bạn khi trò chuyện. Họ liên tục đảo mắt nhìn quanh. Một tâm thức tán loạn cũng rất giống như thế, không thể duy trì sự chú tâm vì trạng thái phấn khích. Sự nội quán giúp ta có thể hướng tâm trở lại phần nào bằng sự chú ý vào nội tâm, nhờ đó làm suy giảm sự phấn khích trong tâm thức. Điều này tái lập sự an định của tâm thức.

Sự quán chiếu nội tâm cũng giúp ta nhận biết được khi tâm thức trở nên buông thả và hôn trầm, để nhanh chóng hướng tâm về đối tượng quán chiếu ngay lập tức. Đây là vấn đề thường gặp đối với những ai có bản chất sống cách biệt. Sự thiền quán của họ trở nên quá yếu ớt, thiếu hẳn sinh khí. Sự nỗ lực quán chiếu nội tâm có thể giúp họ kích hoạt tâm thức bằng những suy nghĩ có tính chất vui thích, và nhờ đó làm gia tăng sự sáng suốt và nhạy bén tinh thần.

Khi bắt đầu nuôi dưỡng sự an định, không bao lâu bạn sẽ nhận rõ rằng việc duy trì sự chú tâm vào chủ đề đã chọn, dù chỉ trong một thời gian ngắn, là một thử thách rất lớn. Nhưng đừng nản chí! Chúng ta xem đây là dấu hiệu tích cực, vì cuối cùng thì bạn cũng bắt đầu nhận biết được sự năng động cực kỳ của tâm thức. Bằng cách kiên trì tu tập, khéo léo vận dụng chánh niệm và sự quán xét nội tâm, bạn sẽ có được khả năng kéo dài thời gian định tâm, tập trung vào đối tượng đã chọn, trong khi vẫn duy trì được sự nhạy bén, sinh khí và sự rung động của tư tưởng.

Có nhiều loại đối tượng, cụ thể hoặc trừu tượng, có thể được dùng để phát triển sự định tâm. Bạn có thể nuôi dưỡng sự an định bằng cách sử dụng ngay chính tự thân ý thức như đối tượng tập trung của thiền quán. Tuy nhiên, thật không dễ để có khái niệm rõ ràng về ý thức là gì, vì sự nhận hiểu này không thể có được chỉ đơn thuần qua miêu tả bằng ngôn ngữ. Một hiểu biết chân thật về bản chất của tâm thức nhất thiết phải có được qua thực nghiệm.

Một sự hiểu biết như thế nên được phát triển như thế nào? Trước hết, bạn phải quan sát thật kỹ những trải nghiệm tư tưởng và cảm xúc của chính mình, quan sát phương cách mà ý thức đã sinh khởi trong bạn, quan sát phương cách mà tâm thức bạn hoạt động. Hầu hết thời gian ta kinh nghiệm được tâm thức hay ý thức đều là thông qua sự tương tác giữa ta với thế giới bên ngoài - những ký ức [về quá khứ] và dự định tương lai. Bạn thấy bực dọc vào buổi sáng? Chán nản vào buổi tối? Ám ảnh về một mối quan hệ đổ vỡ? Lo lắng về sức khỏe con cái? Hãy tạm gác lại tất cả. Bản chất của tâm thức, vốn là một kinh nghiệm sáng suốt của sự nhận biết, bị che khuất đi bởi những kinh nghiệm thông thường của chúng ta. Khi thiền quán về ý thức, bạn nhất thiết phải cố gắng duy trì tập trung vào giây phút hiện tại. Bạn phải ngăn chặn không để cho những hồi tưởng quá khứ xen vào sự quán chiếu của bạn. Tâm thức không nên hướng về quá khứ, cũng không nên chịu ảnh hưởng bởi những hy vọng hoặc lo sợ về tương lai.

Một khi bạn ngăn được những suy nghĩ như thế không để chúng làm gián đoạn sự định tâm, những gì còn lại chính là khoảng giữa của sự hồi tưởng về kinh nghiệm quá khứ và những mong đợi, dự tính về tương lai. Khoảng giữa này là một sự trống trải rỗng rang. Bạn nhất thiết phải nỗ lực để duy trì sự chú tâm chỉ vào khoảng trống rỗng rang này.

Ban đầu, kinh nghiệm của bạn về khoảng trống rỗng rang này chỉ là một thoáng qua. Tuy nhiên, khi tiếp tục tu tập, bạn bắt đầu có thể kéo dài thời gian đó. Trong khi làm như vậy, bạn xua tan những tư tưởng ngăn che sự hiển lộ bản chất thật sự của tâm thức. Dần dần, sự nhận biết thuần túy sẽ có thể tỏa sáng soi khắp. Với sự tu tập, khoảng thời gian đó có thể ngày càng kéo dài hơn, cho đến khi đủ để bạn nhận hiểu được ý thức là gì. Điều quan trọng là phải hiểu được rằng, sự kinh nghiệm khoảng rỗng rang tinh thần này - khi ý thức hoàn toàn không còn mọi tiến trình suy nghĩ - không phải là một kiểu đầu óc trống không. Đó không phải là những gì con người trải qua trong giấc ngủ sâu không mộng mị hoặc khi bị bất tỉnh.

Vào lúc bắt đầu buổi thiền tập, bạn nên tự nhắc nhở mình: "Tôi sẽ không để cho tâm ý bị xao lãng bởi những suy nghĩ về tương lai, những suy đoán, hy vọng hoặc sợ hãi, cũng không để tâm ý chạy theo những hồi ức quá khứ. Tôi sẽ duy trì sự chú tâm vào giây phút hiện tại này." Sau khi đã phát khởi một quyết tâm như vậy, bạn hướng tâm đến khoảng không rỗng rang ở giữa quá khứ và tương lai như đối tượng của thiền quán và chỉ đơn giản duy trì sự nhận biết về điều đó, loại bỏ bất kỳ tiến trình tư duy khái niệm nào.

HAI CẤP ĐỘ CỦA TÂM THỨC

Về bản chất, tâm thức có hai cấp độ. Cấp độ thứ nhất là kinh nghiệm rõ ràng của sự nhận biết như vừa nói trên. Cấp độ thứ hai và là bản chất rốt ráo của tâm thức, được kinh nghiệm với nhận thức rằng tâm thức này không hề có tự tính tự tồn tại. Để phát triển sự chú tâm hoàn toàn vào bản chất rốt ráo của tâm thức, bạn khởi đầu bằng cách xem cấp độ tâm thức thứ nhất - kinh nghiệm rõ ràng của sự nhận biết - như là đối tượng của sự tập trung thiền quán. Một khi đã đạt được sự tập trung ấy, bạn bắt đầu suy ngẫm về sự không có tự tính tự tồn tại của tâm thức. Những gì xuất hiện trong tâm thức vào lúc đó đích thật là *tánh Không*, hay không có bất kỳ tự tính tự tồn tại nào của tâm thức.

Đó là bước đầu tiên. Sau đó, bạn lấy *tánh Không* này làm đối tượng của sự tập trung thiền quán. Đây là hình thức thiền định rất khó khăn và đầy thách thức. Người ta nói rằng, một thiền giả ở cấp độ cao nhất, trước tiên phải nuôi dưỡng tri kiến về *tánh Không*, và sau đó trên nền tảng của tri kiến này, sử dụng chính *tánh Không* như đối tượng của thiền quán. Tuy nhiên, việc có được phần nào phẩm tính an định sẽ rất hữu ích để làm phương tiện đạt đến sự nhận hiểu về *tánh Không* ở mức độ sâu sắc hơn.

CHƯƠNG XII

CHÍN GIAI ĐOẠN THIỀN ĐỊNH

Cho dù đối tượng thiền quán của bạn là gì, là bản chất của tâm thức bạn hay hình tượng đức Phật, bạn cũng sẽ trải qua chín giai đoạn của sự phát triển tâm an định.

GIAI ĐOẠN ĐẦU TIÊN

Giai đoạn đầu tiên là việc hướng tâm vào đối tượng của sự tập trung. Giai đoạn này gọi là *hướng tâm*. Trong giai đoạn này, bạn rất khó duy trì sự tập trung lâu hơn một giây phút ngắn ngủi và cảm thấy như sự xao lãng tinh thần đã gia tăng. Bạn thường bị lôi cuốn ra khỏi đối tượng thiền quán, đôi khi hoàn toàn quên bẵng đi. Thời gian thiền quán của bạn bị cuốn theo những tư tưởng khác nhiều hơn và bạn phải nỗ lực rất lớn để hướng tâm quay về với đối tượng thiền quán.

GIAI ĐOẠN THỨ HAI

Khi có thể kéo dài thời gian duy trì sự chú tâm vào đối tượng đã chọn đến khoảng vài ba phút, bạn đạt đến giai đoạn thứ hai. Giai đoạn này gọi là *tương tục hướng tâm*. Khoảng thời gian bị xao lãng vẫn còn nhiều hơn so với thời gian định tâm, nhưng bạn thực sự kinh nghiệm được những giây phút ngắn ngủi của sự định tĩnh tinh thần.

GIAI ĐOẠN THỨ BA

Cuối cùng rồi bạn cũng đạt đến khả năng nhận biết ngay

lập tức khi tâm thức bị xao lãng và tái lập sự chú tâm. Đây là giai đoạn tu tập thứ ba, gọi là *trùng hướng tâm*.

GIAI ĐOẠN THỨ TƯ

Vào giai đoạn thứ tư, gọi là *kiên định hướng tâm*, bạn đã phát triển chánh niệm đến mức độ không còn để mất sự chú tâm vào đối tượng. Tuy nhiên, đây chính là lúc bạn rất dễ rơi vào sự hôn trầm hay phấn khích mạnh mẽ. Phương pháp chủ yếu để đối trị là sự nhận biết bạn đang trải qua những tâm thái đó. Khi bạn đủ khả năng để áp dụng phương pháp đối trị với những biểu hiện rõ ràng hơn của sự hôn trầm hay phấn khích, những dạng thức vi tế hơn của sự hôn trầm sẽ có nguy cơ khởi sinh.

GIAI ĐOẠN THỨ NĂM

Giai đoạn thứ năm là *rèn luyện*. Trong giai đoạn này, sự quán xét nội tâm được vận dụng để nhận dạng sự hôn trầm vi tế và áp dụng phương pháp đối trị. Xin nhắc lại, phương pháp đối trị chính là sự nhận biết của bạn về dạng hôn trầm vi tế này.

GIAI ĐOẠN THỨ SÁU

Trong giai đoạn thứ sáu, giai đoạn *bình tâm*, sự hôn trầm vi tế không còn sinh khởi nữa. Vì vậy, điểm trọng yếu vào lúc này là vận dụng phương pháp đối trị với sự phấn khích vi tế. Năng lực nội quán của bạn nhất thiết phải mạnh mẽ hơn, vì chướng ngại này vi tế hơn.

GIAI ĐOẠN THỨ BẢY

Khi bạn đã có thể ngăn không cho những dạng thức vi tế

của sự hôn trầm và phấn khích sinh khởi nhờ vào những nỗ lực liên tục và phối hợp [nhiều phương pháp], thì tâm thức bạn không còn cần thiết phải được phòng hộ quá nghiêm ngặt nữa. Bạn đã đạt đến giai đoạn thứ bảy, gọi là *hoàn toàn bình tâm*.

GIAI ĐOẠN THỨ TÁM

Khi bạn có thể hướng tâm vào đối tượng ngay sau một nỗ lực ban đầu và có thể duy trì sự chú tâm mà không trải qua bất kì sự hôn trầm hay phấn khích nào dù là nhỏ nhất, bạn đã đạt đến giai đoạn thứ tám. Ta gọi đây là *sự nhất tâm*.

GIAI ĐOẠN THỨ CHÍN

Giai đoạn thứ chín, *hướng tâm an định*, đạt đến khi bạn duy trì được sự chú tâm vào đối tượng mà không cần phải nỗ lực, và có thể kéo dài thời gian [định tâm] tùy ý. Sự an định thật sự sẽ đạt được sau khi đến giai đoạn thứ chín, nhờ quán chiếu liên tục với sự nhất tâm, cho đến khi bạn trải nghiệm một sự nhu nhuyễn hỷ lạc của cả thân và tâm.

***

Điều quan trọng là phải duy trì một sự cân bằng khéo léo trong sự tu tập hằng ngày, giữa sự vận dụng pháp thiền hướng đến nhất tâm (thiền chỉ) và pháp thiền quán xét (thiền quán). Nếu bạn chú ý quá nhiều vào việc hoàn thiện pháp thiền chỉ, khả năng quán xét của bạn có thể bị giảm đi. Ngược lại, nếu bạn quá quan tâm đến pháp thiền quán, bạn có thể giảm khả năng nuôi dưỡng sự an định để duy trì tập trung chú ý trong một khoảng thời gian dài. Bạn nhất thiết phải nỗ lực để tìm ra một sự cân bằng giữa việc áp dụng thiền chỉ và thiền quán.

CHƯƠNG XIII
TRÍ TUỆ

Bây giờ, chúng ta đã quen thuộc với phương pháp rèn luyện tâm thức để có thể duy trì sự tập trung hoàn toàn vào một đối tượng thiền định. Khả năng này sẽ là một công cụ thiết yếu để nhận hiểu sâu xa về trí tuệ, đặc biệt là về *tánh Không*. Mặc dầu tôi đã đề cập đến *tánh Không* xuyên suốt tập sách này, nhưng bây giờ chúng ta hãy tìm hiểu sâu hơn đôi chút xem *tánh Không* thực sự là gì.

BẢN NGÃ

Tất cả chúng ta đều có một cảm nhận rõ ràng về bản ngã, một cảm nhận về "cái tôi". Ta biết rằng ta đang đề cập đến ai khi suy nghĩ "tôi đang đi làm", "tôi đang về nhà", hoặc "tôi đói bụng". Ngay cả những con vật cũng có một ý niệm về tự thân chúng, dù chúng không thể diễn đạt điều đó bằng ngôn ngữ như cách làm của chúng ta. Nhưng khi ta cố gắng xác định và nhận hiểu xem "cái tôi" này là gì, hóa ra lại rất khó xác định chính xác.

Ở Ấn Độ cổ xưa, nhiều nhà triết học Hindu quan niệm rằng bản ngã này độc lập với tâm trí và thể xác của con người. Họ cảm thấy rằng, nhất định phải có một thực thể có khả năng mang lại sự tương tục giữa những giai đoạn khác nhau của "cái tôi", chẳng hạn như cái tôi "khi tôi còn trẻ" hoặc "khi tôi đã già", và thậm chí là "tôi" trong một kiếp sống quá khứ với "tôi" trong một kiếp sống tương lai. Vì tất cả những "cái tôi" khác nhau này đều ngắn ngủi và không thường tồn, nên người ta cảm thấy rằng nhất định phải có một "cái tôi" đơn nhất và thường tồn nào đó làm chủ thể của tất cả những giai đoạn khác nhau trong đời sống. Đây là nền tảng để thừa nhận một bản ngã, hẳn phải là khác biệt với tâm trí và thể xác. Triết học Hindu gọi cái bản ngã này là *"atman"* (linh hồn).

Thật ra, tất cả chúng ta đều ôm giữ một ý niệm giống như thế về bản ngã. Nếu ta khảo sát về cách thức mà ta nhận hiểu về ý nghĩa của bản ngã này như thế nào, [ta thấy rằng] ta đã xem nó là trung tâm điểm cho sự hiện hữu của ta. Ta không kinh nghiệm bản ngã như một sự kết hợp nào đó của chân, tay, đầu, mình... Thay vì thế, ta nghĩ về bản ngã như là chủ nhân của những bộ phận này. Ví dụ, tôi không nghĩ rằng cánh tay của tôi là tôi, tôi nghĩ đó là cánh tay "của tôi", và tôi nghĩ về tâm thức cũng theo cách giống như vậy, như là [một đối tượng] thuộc về tôi. [Sau khi phân tích như vậy, ta] nhận ra được rằng ta đã tin là có một "cái tôi" độc lập và tự nó hoàn chỉnh ở nơi trung tâm điểm sự hiện hữu của ta, là chủ thể của những bộ phận hợp thành ta.

Có gì sai lầm với niềm tin này? Làm sao một bản ngã đơn nhất, vĩnh hằng và bất biến, độc lập với tâm trí và thể xác như thế lại có thể bị phủ nhận? Các triết gia Phật giáo cho rằng, bản ngã chỉ có thể được nhận hiểu trong mối tương quan trực tiếp với phức thể thân-tâm. Họ giải thích rằng, nếu có một linh hồn hay bản ngã thực sự tồn tại, thì hoặc là nó phải tách biệt với những bộ phận không thường tồn đã cấu thành nó, tức là tâm hồn và thể xác, hoặc là nó phải đồng nhất với những bộ phận của nó. Tuy nhiên, nếu bản ngã là tách biệt với tâm hồn và thể xác thì nó sẽ chẳng có quan hệ gì cả, vì nó sẽ hoàn toàn không liên quan gì đến tâm hồn và thể xác. Còn nếu cho rằng một bản ngã thường tồn không chia tách có thể đồng nhất với những bộ phận không thường tồn đã tạo thành tâm hồn và thể xác thì thật là khôi hài. Tại sao? Vì bản ngã là đơn nhất và không thể chia tách, trong khi các bộ phận là số nhiều. Làm sao một thực thể thuần nhất lại có thể có các bộ phận [cấu thành]?

Vậy thì, bản chất của "cái tôi" mà ta đã quá quen thuộc này là gì? Một số triết gia Phật giáo hướng đến sự kết hợp giữa các bộ phận của thân, tâm và chỉ xem tổng thể tất cả những cái đó là bản ngã. Những người khác cho rằng dòng tương tục của tâm thức chúng ta nhất định là bản ngã. Cũng có những người tin rằng bản ngã là một năng lực tinh thần riêng biệt nào đó, một "nền tảng tâm thức của mọi thứ". Tất cả những ý niệm như thế đều là những nỗ lực để [giải thích] cho phù hợp với niềm tin sẵn có của chúng ta về một bản ngã trung tâm, trong khi vẫn phải thừa nhận tính không hợp lý của sự chắc thật và thường tồn mà ta đã quy gán cho nó một cách tự nhiên.

BẢN NGÃ VÀ PHIỀN NÃO

Nếu ta khảo sát những cảm xúc của mình, những kinh nghiệm tham luyến hay căm thù mạnh mẽ, ta sẽ nhận ra rằng nguồn gốc của những cảm xúc này chính là sự bám víu mãnh liệt vào một quan niệm về bản ngã. Một bản ngã như thế được ta mặc nhiên cho là độc lập và tự hoàn chỉnh, với một thực thể chắc thật. Khi niềm tin vào một bản ngã như vậy gia tăng, thì mong muốn thỏa mãn và bảo vệ nó trong lòng ta cũng gia tăng.

Hãy để tôi đưa ra một ví dụ. Khi bạn nhìn thấy một cái đồng hồ xinh đẹp trong cửa hiệu, bạn tự nhiên bị nó hấp dẫn. Nếu người bán hàng làm rơi nó, bạn sẽ nghĩ: "Ối trời, cái đồng hồ đã bị rơi." Ảnh hưởng của điều này đối với bạn sẽ không lớn lắm. Tuy nhiên, nếu bạn đã mua cái đồng hồ và nghĩ về nó như là "đồng hồ của tôi", và rồi bạn làm rơi nó, ảnh hưởng này sẽ cực kỳ mạnh mẽ. Bạn cảm thấy như thể tim mình nhảy vọt ra ngoài. Cảm xúc mạnh mẽ này từ đâu đến? Sự sở hữu được sinh ra từ cảm nhận về "bản ngã". Cảm nhận của ta về "cái tôi" càng mạnh mẽ thì cảm nhận về "cái của tôi" cũng theo đó mà mạnh mẽ hơn. Đây là lý do vì sao việc chúng ta phải nỗ lực để xóa bỏ niềm tin về một bản ngã độc lập và tự hoàn chỉnh là điều rất quan trọng. Một khi ta có thể đặt nghi vấn và xóa tan đi sự tồn tại của một quan niệm như thế về bản ngã, những cảm xúc sinh khởi từ đó cũng được giảm thiểu.

VÔ NGÃ CỦA VẠN PHÁP

Không chỉ các chúng sinh hữu tình mới là vô ngã - không có một bản ngã trung tâm - mà tất cả vạn pháp đều như vậy. Nếu ta phân tích hay tách rời [các phần của] một bông hoa, tìm kiếm "bông hoa" trong những bộ phận của nó, ta sẽ không tìm thấy. Điều này nói lên rằng bông hoa không thật sự sẵn có một thực thể tự tồn tại. Điều này cũng đúng với trường hợp của một chiếc xe hơi, cái bàn hay cái ghế. Và thậm chí các mùi vị cũng có thể được chia tách một cách khoa học hay theo phép phân tích đến mức độ mà ta không còn có thể xem đó là một mùi hay vị.

Dù vậy, ta cũng không thể phủ nhận sự tồn tại của những bông hoa và mùi hương ngọt ngào của chúng. Vậy chúng tồn tại như thế nào? Một số triết gia Phật giáo đã giải thích rằng, bông hoa mà bạn cảm nhận đó là một khía cạnh bên ngoài của nhận thức của bạn về bông hoa. Nó chỉ tồn tại bên trong chủ thể đã nhận thức nó. Theo cách giải thích này, nếu ở giữa chúng ta có một bông hoa trên bàn, thì bông hoa mà tôi nhìn thấy là cùng một thực thể như nhận thức của tôi về bông hoa, nhưng bông hoa mà bạn nhìn thấy lại là một khía cạnh trong nhận thức của bạn về bông hoa đó.

Tương tự như vậy, mùi hương hoa bạn ngửi cũng sẽ đồng nhất với sự cảm nhận về mùi hương mà bạn trải nghiệm được với hương thơm của nó. Bông hoa tôi cảm nhận sẽ khác với bông hoa mà bạn cảm nhận. Mặc dầu quan điểm "duy thức" này, theo như tên gọi của nó, phá trừ mạnh mẽ nhận thức của chúng ta về sự thật khách quan, nhưng nó đã đóng góp cực kỳ quan trọng cho ý thức của chúng ta. Trong thực tế, ngay chính tâm thức tự nó cũng không là thật có. Được hình thành từ những kinh nghiệm khác nhau, bị kích thích bởi những hiện tượng khác nhau, rốt cùng thì tâm thức cũng là không thể xác định như bất kỳ sự vật nào khác.

TÁNH KHÔNG VÀ DUYÊN KHỞI

Như vậy, *tánh Không* là gì? Đó chỉ đơn giản là tính chất không thể xác định [của vạn pháp]. Khi ta tìm kiếm một bông hoa trong những bộ phận tạo thành nó, ta đối diện với sự không tồn tại của một bông hoa như thế. Sự không tồn tại mà ta nhận ra đó là *tánh Không* của bông hoa.

Nhưng, vậy thì không có bông hoa chăng? Tất nhiên là có chứ. Việc đi tìm một trung tâm điểm của bất kỳ sự vật nào cuối cùng đều sẽ dẫn đến một nhận thức tinh tế hơn về *tánh Không* của nó, tức là tính chất không thể xác định. Tuy nhiên, ta nhất thiết không được nghĩ về *tánh Không* của một bông hoa đơn giản chỉ là tính chất không xác định mà ta đối diện khi tìm kiếm trong những bộ phận tạo thành nó. Thay vì vậy, chính tính chất phụ thuộc của bông hoa, hay của bất kỳ đối tượng nào bạn muốn gọi tên, sẽ định nghĩa *tánh Không* của đối tượng đó. Điều này được gọi là *duyên khởi*.

Quan điểm duyên khởi được nhiều triết gia Phật giáo giải thích theo nhiều cách khác nhau. Một số người định nghĩa nó chỉ đơn thuần trong tương quan với luật nhân quả. Họ giải thích rằng, vì một vật thể, chẳng hạn như bông hoa, là kết quả của các nhân và duyên, nên nó sinh khởi một cách phụ thuộc. Những người khác giải thích sự phụ thuộc một cách tinh tế hơn. Với họ, một hiện tượng là phụ thuộc khi nó phụ thuộc vào các thành phần của chính nó, theo cách như bông hoa phụ thuộc vào những cánh hoa, nhụy đực và nhụy cái.

Có một cách giải thích về duyên khởi thậm chí còn tinh tế hơn nữa. Trong phạm vi một hiện tượng đơn nhất như bông hoa, những bộ phận của nó - cánh hoa, nhụy đực và nhụy cái - cùng với tư tưởng của ta nhận biết và gọi tên bông hoa là phụ thuộc lẫn nhau. Một yếu tố trong đó không thể tồn tại nếu không có các yếu tố khác. Chúng cũng là những hiện tượng độc đáo, tách biệt lẫn nhau. Vì thế, khi phân tích hay tìm kiếm một bông hoa trong những thành phần của nó, bạn sẽ không tìm thấy. Dù vậy, nhận thức về một bông hoa chỉ tồn tại trong sự tương quan với các thành phần tạo nên nó. Từ sự nhận hiểu về duyên khởi như vậy dẫn đến sự phủ nhận bất kỳ ý tưởng nào về sự tồn tại trên cơ sở tự tính hay sẵn có bản chất tự tồn.

QUÁN CHIẾU VỀ TÁNH KHÔNG

Hiểu được *tánh Không* thật không dễ dàng. Việc học về *tánh Không* chiếm thời gian nhiều năm dài trong các trường đại học tu viện ở Tây Tạng. Các vị học tăng thuộc nằm lòng những kinh điển liên quan [đến *tánh Không*] và những bộ luận giải của các bậc thầy Ấn Độ và Tây Tạng danh tiếng. Họ học hỏi với những học giả uyên bác và dành nhiều giờ trong ngày để tranh biện về *tánh Không*. Để phát triển tri kiến về *tánh Không*, chúng ta cũng nhất thiết phải nghiên cứu và suy ngẫm về nó. Điều quan trọng là ta nên thực hiện những điều đó dưới sự hướng dẫn của một bậc thầy có đủ phẩm tính, là người có sự nhận hiểu không sai lầm về *tánh Không*.

Cũng giống như các đề tài khác trong sách này, trí tuệ nhất thiết phải được nuôi dưỡng bằng thiền quán cùng với thiền chỉ. Tuy nhiên, trong trường hợp này, để đào sâu nhận thức về *tánh Không*, bạn không thay đổi qua lại giữa hai phương pháp này mà thật sự là kết hợp chúng. Bạn chú tâm vào việc phân tích *tánh Không* nhờ vào mức độ định tâm đã đạt được ngay trước đó. Đây gọi là sự hợp nhất giữa định tâm và tuệ giác đặc biệt. Nhờ liên tục thiền tập theo cách này, tuệ giác của bạn sẽ phát triển thành sự nhận thức thật sự về *tánh Không*. Tại thời điểm này, bạn đạt đến giai đoạn *Tư lương đạo* (Sanskrit: saṃbhāra-mārga; Tạng ngữ: *tshogs lam*), [giai đoạn đầu tiên trong 5 giai đoạn tu tập].

Hiểu biết của bạn [vào lúc này] là thuộc phạm trù khái niệm, vì sự nhận hiểu về *tánh Không* của bạn có được thông qua sự suy diễn lý luận. Tuy nhiên, đây là giai đoạn chuẩn bị cho một thiền giả để tiến đến kinh nghiệm sâu xa của sự nhận thức về *tánh Không* vượt ngoài mọi khái niệm.

Trong giai đoạn [*Gia hạnh đạo* (Sanskrit: prayoga-mārga; Tạng ngữ: *sbyor lam*)] này, thiền giả liên tục nuôi dưỡng và đào sâu nhận thức suy luận của mình về *tánh Không*. Điều này giúp thiền giả đạt đến giai đoạn *Kiến đạo* (Sanskrit: darśana-mārga; Tạng ngữ: *mthong lam*). Thiền giả vào giai đoạn này trực tiếp thấy biết về *tánh Không*, rõ ràng như nhìn thấy những đường chỉ tay trong lòng bàn tay mình.

Nhờ liên tục quán chiếu về *tánh Không*, thiền giả dần tiến đến giai đoạn *Tu tập đạo* (Sanskrit: bhāvanā-mārga; Tạng ngữ: *sgom lam*). Không còn khía cạnh mới nào trên lộ trình tu tập cần phải nuôi dưỡng nữa. Thiền giả trong giai đoạn [Vô học đạo (Sanskrit: bhāvanā-mārga; Tạng ngữ: *mi slob pa'i lam*)] này không ngừng phát triển và tăng cường những trải nghiệm về *tánh Không* đã đạt được.

BỒ TÁT ĐỊA

Kể từ lúc phát tâm Bồ-đề, một hành giả Đại thừa khởi đầu con đường tu tập của mình tiến dần qua các giai đoạn dẫn đến quả Phật. Là người tu tập, chúng ta nên phát triển tất cả những phẩm hạnh khác nhau đã tìm hiểu trong sách này.

Thừa nhận luật nhân quả, ta phải tuyệt đối từ bỏ các hành vi gây hại cho chính ta và người khác.

Ta nhất thiết phải nhận thức rằng đời sống là khổ đau. Ta phải khao khát mãnh liệt vượt qua đau khổ. Tuy nhiên, ta cũng nhất thiết phải khởi sinh bi nguyện giải thoát mọi khổ đau tràn ngập cho chúng sinh, vẫn đang chìm sâu trong bùn lầy sinh tử. Ta phải có lòng từ, mong muốn đem đến cho mọi người hạnh phúc cao cả nhất. Ta phải nhận lấy trách nhiệm đạt đến giác ngộ tối thượng [vì lợi ích của tất cả chúng sinh].

[Sau khi phát tâm như trên], hành giả bước vào giai đoạn *Tư lương đạo* (Tạng ngữ: *tshogs lam*). Với động cơ thúc đẩy là tâm Bồ-đề, hành giả kết hợp được tâm an định và tuệ giác đặc biệt, nhờ đó trải nghiệm được sự nhận biết về *tánh Không* qua sự suy diễn lý luận như đã trình bày trên. Hành giả vào lúc này đạt đến giai đoạn *Gia hạnh đạo* (Tạng ngữ: *sbyor lam*). Trong suốt hai giai đoạn *Tư lương đạo* và *Gia hạnh đạo*, một vị Bồ Tát[1] trải qua *a-tăng-kỳ* kiếp[2] đầu tiên

---

[1] Khái niệm Bồ Tát ở đây được dùng với nghĩa rộng nhất, chỉ một người đã phát tâm Bồ-đề, đang tu tập Bồ Tát hạnh.

[2] A-tăng-kỳ kiếp: cách diễn đạt trong kinh điển Phật giáo có nghĩa là vô số

trong 3 *a-tăng-kỳ* kiếp tu tập, tích lũy vô lượng công đức và phát triển trí tuệ sâu xa.

Khi nhận thức về *tánh Không* của hành giả không còn giới hạn trong phạm trù khái niệm và đã đạt đến giai đoạn *Kiến đạo* (Tạng ngữ: *mthong lam*), hành giả đạt đến địa vị đầu tiên (*Hoan hỷ địa*) trong Mười địa vị Bồ Tát (Thập địa) dẫn đến quả Phật. Nhờ liên tục quán chiếu về *tánh Không*, hành giả đạt đến địa vị thứ hai (*Ly cấu địa*) và cũng đồng thời bước vào giai đoạn *Tu tập đạo* (Tạng ngữ: *sgom lam*).

Khi hành giả trải qua hết bảy địa vị đầu tiên trong Thập địa, vị này sẽ tự mình dấn thân vào a-tăng-kỳ kiếp thứ hai của sự tích lũy công đức và trí tuệ.

Trải qua ba địa vị còn lại [của con đường Bồ Tát hạnh], hành giả kết thúc a-tăng-kỳ kiếp thứ ba của sự tích lũy công đức và trí tuệ, và nhờ đó bước vào giai đoạn *Vô học đạo* (Tạng ngữ: *mi slob pa'i lam*).

Và đến lúc này, hành giả trở thành một vị Phật toàn giác.

Ta không nên thối chí vì con đường tu tập phía trước kéo dài vô số kiếp. Ta nhất thiết phải kiên trì. Ta phải tiến dần lên mỗi lúc từng bước một, nuôi dưỡng từng khía cạnh trong sự tu tập của mình. Ta phải cố hết sức mình giúp đỡ người khác, và tự chế không gây tổn hại bất cứ ai. Khi những khuynh hướng ích kỷ của ta giảm bớt và lòng vị tha tăng thêm, ta bắt đầu hạnh phúc hơn, và những người quanh ta cũng hạnh phúc hơn. Đây là phương cách ta tích lũy công hạnh cần thiết để đạt đến quả Phật.

---

kiếp, một số lượng không thể tính đếm theo cách thông thường. Kinh Phật dạy rằng, chúng sinh phải trải qua 3 a-tăng-kỳ kiếp tinh tấn tu tập mới đạt đến quả Phật.

CHƯƠNG XIV
QUẢ PHẬT

Để có thể chân chánh quy y Tam bảo, với lòng khao khát sâu sắc đạt đến giác ngộ tối thượng để làm lợi ích cho tất cả chúng sinh hữu tình, ta cần phải hiểu được bản chất của giác ngộ. Tất nhiên, ta nhất thiết phải nhận ra rằng bản chất của đời sống thế tục là đầy dẫy khổ đau. Ta biết rằng việc sống buông thả trong vòng luân hồi là hoàn toàn vô ích, cho dù điều đó có vẻ như rất cám dỗ. Ta quan tâm đến nỗi khổ đau mà người khác đang không ngừng gánh chịu, và khao khát giúp họ vượt thoát khổ đau. Khi sự tu tập được thôi thúc bởi tâm nguyện này, hướng ta đến việc đạt được sự giác ngộ rốt ráo của quả Phật, đó là ta đã bước vào con đường Đại thừa.

Thuật ngữ *Đại thừa* thường được dùng với những hình thức của đạo Phật được truyền vào Tây Tạng, Trung Hoa và Nhật Bản. Đôi khi thuật ngữ này cũng được dùng chỉ cho nhiều trường phái triết học Phật giáo khác nhau. Tuy nhiên, ở đây tôi sử dụng thuật ngữ *Đại thừa* trong ý nghĩa của những thệ nguyện trong lòng mỗi một người tu tập. Động cơ thúc đẩy cao quý nhất mà ta có thể có là mang đến hạnh phúc cho tất cả chúng sinh, và nỗ lực lớn nhất mà ta có thể thực hiện là giúp cho tất cả chúng sinh hữu tình đều đạt được hạnh phúc ấy.

Những người tu tập theo Đại thừa tự nguyện dấn thân để đạt đến quả Phật. Họ nỗ lực để phá trừ vô minh, phiền não và những cung cách suy nghĩ chịu sự thúc đẩy của tâm ích kỷ, vốn ngăn không cho họ đạt đến trạng thái nhất thiết trí và giác ngộ viên mãn để có thể thật sự làm lợi ích cho chúng sinh. Người tu tập dành trọn đời mình để thanh lọc những phẩm hạnh như là rộng lượng bố thí, trì giới, nhẫn nhục... đạt đến mức độ mà họ có thể hiến mình hoàn toàn theo bất kỳ phương cách nào khi cần thiết, cũng như chấp nhận tất cả những khó khăn và bất công về mình để phụng sự người khác.

Quan trọng nhất là họ phát triển được trí tuệ: nhận thức về *tánh Không*. Họ nỗ lực hành trì để làm cho nhận thức của họ về ý nghĩa không có tự tính tự tồn [của vạn pháp] ngày càng sâu sắc hơn. Họ nhất thiết phải tinh luyện tuệ giác quán chiếu này và phải phát huy sự tinh tế của tâm thức để có thể làm được điều đó. Tất nhiên, việc miêu tả tiến trình đạt đến sự giác ngộ tối thượng của quả Phật là rất khó. Có thể nói, khi nhận thức của hành giả ngày càng sâu sắc hơn và thấy rằng [hết thảy các pháp] không hề có tự tính tự tồn tại, thì tất cả gì còn sót lại của tâm ích kỷ đều bị loại trừ và hành giả đạt đến trạng thái giác ngộ viên mãn của quả Phật. Tuy nhiên, trừ phi chúng ta tự mình thật sự đạt đến sự chứng ngộ như thế, bằng không thì sự hiểu biết của ta vẫn chỉ là lý thuyết mà thôi.

Khi những tàn tích cuối cùng của nhận thức vô minh sai lầm và sự phân biệt được loại trừ khỏi tâm thức hành giả, tâm thanh tịnh ấy chính là tâm Phật. Hành giả đã đạt đến giác ngộ. Tuy nhiên, sự giác ngộ còn có một số phẩm tính khác được đề cập đến trong kinh điển như là các thân Phật. Một số các thân này thị hiện hình sắc, nhưng một số khác là không hình sắc. Trong số những thân Phật không hình sắc bao gồm cả *Pháp thân*. Pháp thân Phật chính là những gì ta được biết về tâm thanh tịnh. Phẩm tính nhất thiết trí của tâm thức giác ngộ và năng lực nhận biết không gián đoạn về tất cả các pháp cũng như bản chất vô tự tính của chúng được gọi là *Phật trí thân*. Và tự tánh rỗng rang của tâm nhất thiết trí được gọi là *Phật bản nhiên thân*. Tất cả những thân Phật này (được xem như những khía cạnh khác nhau của *Pháp thân*) đều không có hình sắc. Mỗi một thân Phật này đều đạt được nhờ vào khía cạnh trí tuệ trong sự tu tập.

Và còn có những thân thị hiện có hình sắc của giác ngộ. Ở đây, ta bước vào một lĩnh vực rất khó nhận hiểu đối với hầu hết chúng ta. Những thân thị hiện này được gọi là các *hóa thân* [hay *ứng hóa thân*] Phật. *Hỷ lạc thân* của chư Phật là một dạng hóa thân có hình sắc nhưng không thể nhìn thấy đối với hầu hết chúng ta. Chỉ những hành giả đã chứng ngộ bậc cao, những Bồ Tát mà kinh nghiệm sâu sắc về chân lý rốt ráo được thúc đẩy bởi sự khao khát mạnh mẽ phải đạt đến Phật quả vì lợi ích của tất cả chúng sinh, mới có khả năng nhìn thấy được các thân hỷ lạc của chư Phật.

Từ *hỷ lạc thân* này, vô số các *ứng hóa thân* tự nhiên hóa hiện. Khác với *hỷ lạc thân*, những *ứng hóa thân* như thế này của Phật quả giác ngộ viên mãn *thực sự là* nhìn thấy được và có thể tiếp cận đối với hàng phàm phu, những chúng sinh [còn mê lầm] như chúng ta. Chính nhờ vào phương tiện là các *ứng hóa thân* mà một vị Phật có thể hộ trì chúng ta. Hay nói cách khác, những *ứng hóa thân* này là sự hiển lộ của bậc giác ngộ. Những hóa thân này được xem là [hiện hữu] chỉ duy nhất và thuần túy vì lợi ích của chúng ta. Các hóa thân này xuất hiện vào thời điểm một hành giả đạt được giác ngộ viên mãn, như là kết quả của tâm nguyện đại bi mong muốn cứu giúp chúng sinh. Nhờ vào phương tiện là các hóa thân thị hiện này mà một vị Phật có thể chỉ dạy cho chúng sinh về phương pháp mà chính ngài đã vận dụng để đạt được trạng thái giải thoát khổ đau.

Đức Phật giúp đỡ chúng ta qua các ứng hóa thân như thế nào? Phương tiện chính mà đức Phật hiển bày giác hạnh của ngài chính là giáo pháp này. Đức Phật Thích-ca Mâu-ni, vị Phật có thật trong lịch sử đã đạt đến giác ngộ dưới cây Bồ-đề cách đây 2.500 năm, là một *ứng hóa thân*.

Một sự giải thích như thế về những khía cạnh khác nhau của Phật quả giác ngộ nghe có vẻ gần giống như khoa học viễn tưởng, nhất là khi ta tìm hiểu thêm về khả năng hóa hiện vô số ứng hóa thân của vô số chư Phật thị hiện trong vô lượng vô biên thế giới để cứu giúp vô số chúng sinh. Tuy nhiên, trừ phi sự nhận hiểu của ta về quả vị Phật được phát triển đủ để bao hàm trong nó các khía cạnh rộng lớn như thế này của sự giác ngộ, bằng không thì sự quy y theo đức Phật của ta sẽ không mang lại sức mạnh cần thiết. Tu tập theo Đại thừa là một quyết tâm cực kỳ lớn lao, theo đó ta tự nguyện dâng hiến thân mình để mang đến hạnh phúc cho *tất cả* chúng sinh hữu tình. Nếu sự nhận hiểu của ta về đức Phật bị giới hạn ở hình tượng đức Phật Thích-ca Mâu-ni trong lịch sử, hẳn ta sẽ đi tìm sự nương tựa nơi một người đã chết cách đây rất lâu và không còn khả năng để giúp đỡ ta nữa. Để sự nương tựa của ta thật sự tạo nên sức mạnh, ta nhất thiết phải thừa nhận những khía cạnh khác của Phật quả giác ngộ [như đã trình bày trên].

Ta giải thích như thế nào về sự thường hằng bất diệt của một vị Phật? Ta hãy quan sát tâm thức của chính mình. Nó giống như một dòng sông - một dòng chảy tương tục của những sát-na nhận biết đơn thuần, hay niệm tỉnh giác; cứ mỗi một giác niệm này lại dẫn đến một giác niệm khác. Dòng chảy tương tục của những giác niệm như thế tiếp nối từ giờ này sang giờ khác, ngày này sang ngày kia, năm này sang năm nọ, và theo quan điểm Phật giáo thì thậm chí là từ kiếp sống này sang kiếp sống khác. Mặc dù thân thể của ta không thể đi theo ta một khi mạng sống đã chấm dứt, nhưng dòng chảy của những giác niệm - dòng tâm thức - vẫn tiếp tục, đi xuyên qua cái chết và cuối cùng là đi vào kiếp sống kế tiếp, bất kể kiếp sống đó sẽ mang hình thức nào.

Mỗi người trong chúng ta đều có một dòng tâm thức như thế. Và dòng tâm thức đó không có điểm khởi đầu, không có điểm kết thúc. Không gì có thể làm dừng lại dòng tâm thức tương tục ấy. Theo nghĩa này thì dòng tâm thức là khác với những cảm xúc như giận dữ hay tham ái, vì những cảm xúc này có thể được ngăn lại bằng việc áp dụng các phương pháp đối trị. Hơn nữa, tự tánh của tâm được cho là thanh tịnh, những sự nhiễm ô có thể được loại trừ để làm cho dòng tâm thức thanh tịnh này được kéo dài mãi mãi. Một tâm thức đã loại trừ tất cả nhiễm ô như thế chính là Pháp thân Phật.

Nếu ta suy ngẫm về trạng thái giác ngộ viên mãn theo cách này, lòng kính ngưỡng đối với tầm vóc lớn lao của Đức Phật cũng như niềm tin của ta đều sẽ gia tăng. Khi ta nhận thức được những phẩm tính của một vị Phật, sự khao khát đạt đến Phật quả càng trở nên mãnh liệt hơn. Ta cảm nhận được giá trị và sự cần thiết của năng lực hóa hiện nhiều ứng hóa thân khác nhau để giúp đỡ vô số chúng sinh. Điều này mang đến cho ta sức mạnh và sự quyết tâm để đạt đến tâm thức giác ngộ.

CHƯƠNG XV
PHÁT TÂM BỒ-ĐỀ

Nghi thức để phát khởi tâm nguyện vị tha mong cầu giác ngộ là một nghi thức đơn giản. Mục đích của nghi thức này là tái khẳng định và củng cố sự khao khát đạt đến Phật quả vì lợi ích của tất cả chúng sinh hữu tình. Sự khẳng định này là thiết yếu để phát triển tu tập tâm bi mẫn.

Chúng ta bắt đầu nghi thức này bằng việc quán tưởng một ảnh tượng của đức Phật. Một khi hình ảnh quán tưởng này đã rõ nét, ta sẽ cố hình dung rằng đích thân đức Phật Thích-ca Mâu-ni đang thật sự hiện diện trước mặt ta. Ta hình dung ngài được vây quanh bởi những bậc đạo sư Ấn Độ vĩ đại trong quá khứ. Trong số đó có cả ngài Long Thụ, người đã thành lập trường phái Trung Quán trong triết học Phật giáo với những giảng giải tinh tế nhất về *tánh Không*, và ngài Vô Trước, bậc thầy truyền thừa chính yếu của pháp môn "phương tiện" trong sự tu tập của chúng ta.

Ta cũng hình dung vây quanh đức Phật còn có các bậc Đạo sư thuộc bốn dòng truyền thừa của Phật giáo Tây Tạng: dòng Sakya, dòng Gelug, dòng Nyingma và dòng Kagyu. Sau đó, ta hình dung chính bản thân mình được vây quanh bởi tất cả chúng sinh hữu tình. Và giai đoạn này chính là thời điểm bắt đầu phát khởi tâm nguyện vị tha mong cầu giác ngộ. Những người thực hành theo các tín ngưỡng khác có thể tham gia nghi thức này chỉ đơn giản bằng cách nuôi dưỡng một thái độ nhân hậu và vị tha hướng đến tất cả chúng sinh.

THỰC HÀNH THẤT CHI NGUYỆN

Nghi thức [phát tâm Bồ-đề] được bắt đầu với một nghi lễ để tích lũy công đức và tiêu trừ ác nghiệp. Ta tham gia nghi lễ này bằng việc quán chiếu về những điểm tinh yếu trong việc thực hành *Thất chi nguyện*.[1]

CHI NGUYỆN THỨ NHẤT: LỄ KÍNH

Trong chi nguyện thứ nhất, ta kính lễ đức Phật bằng cách quán chiếu về những phẩm tính giác ngộ của ngài, bao gồm thân, khẩu và ý. Ta có thể bày tỏ đức tin và lòng sùng mộ bằng việc cúi đầu hay lễ lạy trước hình tượng đức Phật mà ta đã hình dung ra được. Bằng sự tôn kính trong lòng mình, ta cũng kính ngưỡng đối với những phẩm tính giống như đức Phật sẵn có trong bản thân ta.

CHI NGUYỆN THỨ HAI: CÚNG DƯỜNG

Chi nguyện thứ hai là một lễ cúng dường. Ta có thể dâng cúng những phẩm vật cụ thể, hay chỉ đơn giản hình dung rằng ta đang cúng dường những vật quí giá đến Hội chúng thiêng liêng mà ta đã hình dung là đang hiện diện trước mặt ta. Sự cúng dường sâu xa và có ý nghĩa nhất là cúng dường bằng chính sự tinh tấn tu tập của ta. Tất cả những phẩm

---

[1] Thất chi nguyện (của Phật giáo Tây Tạng) được đề cập ở đây rất tương tự với Phổ Hiền thập nguyện trong truyền thống Hán tạng. Độc giả có thể tham khảo thêm nội dung của Phổ Hiền hạnh nguyện bao gồm: 1. Lễ kính chư Phật, 2. Xưng tán Như Lai, 3. Rộng tu cúng dường, 4. Sám hối nghiệp chướng, 5. Tùy hỷ công đức, 6. Thỉnh chuyển Pháp luân, 7. Thỉnh Phật trụ thế, 8. Thường tùy Phật học, 9. Hằng thuận chúng sinh, 10. Hết thảy đều hồi hướng. Khi so sánh với Thất chi nguyện thì các hạnh nguyện thứ 2 (xưng tán Như Lai), thứ 8 (thường tùy Phật học) và thứ 9 (hằng thuận chúng sinh) trong Phổ Hiền hạnh nguyện không được đề cập đến trong Thất chi nguyện, còn ngoài ra các nguyện còn lại đều tương tự.

tính tốt đẹp mà ta tích lũy được đều là kết quả của những việc làm hiền thiện. Những hành động bi mẫn, quan tâm chăm sóc, hoặc ngay cả việc mỉm cười với người khác hay bày tỏ sự quan tâm đến ai đó đang chịu đau đớn, đều là những thiện nghiệp.

Ta cúng dường những thiện nghiệp này và tất cả các trường hợp nói ra những lời hiền thiện. Một số ví dụ tiêu biểu có thể bao gồm những lời khen ngợi ta dành cho người khác, những lời vỗ về hay an ủi, khích lệ - nghĩa là tất cả những hành vi hiền thiện được thực hiện qua lời nói.

Ta cũng cúng dường cả những thiện nghiệp của ý. Sự nuôi dưỡng lòng vị tha, ý thức quan tâm chia sẻ, lòng bi mẫn, cũng như đức tin sâu xa và lòng sùng mộ đối với Phật pháp là những điều ta có thể cúng dường theo ý nghĩa này. Tất cả những điều này đều là thiện nghiệp của ý. Ta có thể hình dung những điều này trong dạng thức rất nhiều những vật thể xinh đẹp và quí giá mà ta cúng dường lên đức Phật và Thánh chúng vây quanh ngài, được hình dung đang hiện diện trước mặt ta. Ta có thể cúng dường hết thảy cả vũ trụ, thế giới, môi trường quanh ta với những rừng rậm, đồi núi, đồng cỏ và vườn hoa... Bất kể những thứ này có thuộc sở hữu của ta hay không, ta vẫn có thể dâng cúng về mặt tinh thần.

CHI NGUYỆN THỨ BA: SÁM HỐI

Chi nguyện thứ ba là sám hối. Yếu tố then chốt trong sự sám hối là thừa nhận những hành vi xấu ác, sai trái mà ta đã phạm vào. Ta phải nuôi dưỡng một ý thức hối tiếc sâu sắc để sau đó hình thành một quyết tâm mạnh mẽ không tái phạm những hành vi bất thiện như thế trong tương lai.

CHI NGUYỆN THỨ TƯ: TÙY HỶ

Chi nguyện thứ tư là tu tập hạnh tùy hỷ. Bằng cách tập trung chú ý vào những thiện nghiệp đã làm trong quá khứ, ta phát triển niềm vui lớn lao về những thành tựu đã đạt được. Ta phải chắc chắn không bao giờ hối tiếc về bất kỳ thiện nghiệp nào đã làm, mà thay vào đó phải khởi sinh cảm giác vui mừng và hài lòng với những thiện nghiệp ấy. Thậm chí quan trọng hơn nữa là ta phải tùy hỷ với những thiện nghiệp của người khác, cho dù đó là những chúng sinh thấp kém, yếu ớt hơn ta, hay cao cả, mạnh mẽ hơn ta, hoặc ngang bằng với ta. Điều quan trọng là phải luôn chắc chắn rằng, thái độ của ta đối với những điều tốt đẹp của người khác không bị nhiễm bẩn bởi sự ganh ghét hay lòng ghen tỵ; ta phải cảm thấy hoàn toàn khâm phục và mừng vui trước những phẩm tính tốt đẹp và thành tựu của người khác.

CHI NGUYỆN THỨ NĂM VÀ THỨ SÁU: THỈNH CHUYỂN PHÁP LUÂN VÀ THỈNH PHẬT TRỤ THẾ

Trong hai chi nguyện kế tiếp, ta thỉnh cầu đức Phật thuyết giảng, hay Chuyển Pháp luân, vì lợi ích cho tất cả chúng sinh, và thỉnh cầu chư Phật không nhập Niết-bàn để riêng hưởng sự an lạc.

CHI NGUYỆN THỨ BẢY: HỒI HƯỚNG

Chi nguyện thứ bảy, hay chi nguyện cuối cùng, là sự hồi hướng. Tất cả công đức và nhân lành mà ta đã tạo ra được từ việc tu tập sáu chi nguyện trước cùng với những thiện nghiệp khác đều xin hồi hướng về mục tiêu tâm linh tối hậu là thành tựu quả Phật.

***

Sau khi hoàn tất pháp tu tập chuẩn bị là *Thất chi nguyện*, ta đã sẵn sàng để thực sự bắt đầu phát khởi tâm nguyện vị tha mong muốn đạt đến giác ngộ - hay phát tâm Bồ-đề. Dòng kệ đầu tiên của nghi thức này bắt đầu bằng sự bày tỏ động cơ chính đáng:

Với tâm nguyện giải thoát cho tất cả chúng sinh.

Dòng kệ thứ hai và thứ ba xác định đối tượng của sự quy y: Đức Phật, Chánh Pháp và Tăng-già. Thời gian của thệ nguyện quy y cũng được xác định trong những dòng kệ này:

Con nguyện quy y Phật, Pháp, Tăng,
Từ nay và mãi mãi về sau.

Bài kệ thứ hai là sự phát khởi thật sự tâm nguyện vị tha mong muốn đạt đến giác ngộ, hay phát tâm Bồ-đề:

Thôi thúc bởi trí tuệ và lòng bi mẫn,
Hôm nay con đối trước Như Lai,
Nguyện phát tâm cầu đạo Bồ-đề,
Vì lợi ích của tất cả chúng sinh.

Bài kệ này nhấn mạnh tầm quan trọng của việc hợp nhất giữa trí tuệ và lòng từ bi. Sự giác ngộ không phải là lòng từ bi thiếu vắng trí tuệ hoặc trí tuệ tách rời khỏi từ bi. Chính trí tuệ nhận biết *tánh Không* được đề cập đến ở đây một cách cụ thể. Việc có được sự trực nhận về *tánh Không*, hoặc thậm chí chỉ là sự hiểu biết thuộc phạm trù khái niệm hay lý luận, có nghĩa là có khả năng chấm dứt tình trạng mê lầm chưa giác ngộ. Khi một trí tuệ như thế được kết hợp với lòng từ bi, thì phẩm tính của lòng từ bi ngay sau đó sẽ càng mạnh mẽ hơn bao giờ hết.

Từ ngữ "thôi thúc" trong [dòng đầu tiên của] bài kệ này

hàm ý một lòng từ bi tích cực và nhập cuộc, không chỉ là một trạng thái của tâm thức. Dòng kệ tiếp theo:

Hôm nay con đối trước Như Lai

hàm ý rằng ta khao khát đạt đến trạng thái hiện thực của quả vị Phật. Dòng kệ này cũng có thể đọc lên để bày tỏ rằng ta đang thỉnh cầu tất cả chư Phật rủ lòng chứng minh cho sự kiện này, như được nêu rõ trong câu tiếp theo:

Nguyện phát tâm cầu đạo Bồ-đề,
Vì lợi ích của tất cả chúng sinh.

Bài kệ cuối cùng được trích từ tác phẩm *Nhập Bồ Tát hạnh* của ngài Tịch Thiên (Shantideva), một bậc thầy Ấn Độ vào thế kỷ 8, nội dung như sau:

Bao lâu còn đó hư không,
Sinh linh cam chịu trong vòng khổ đau,
Nguyện rằng con vẫn còn đây,
Tận trừ đau khổ đến ngày sáng tươi.

Những dòng kệ này bày tỏ một tình cảm mạnh mẽ. Một vị Bồ Tát phải xem chính bản thân mình là thuộc về những chúng sinh hữu tình khác. Cũng giống như mọi hiện tượng trong thế giới tự nhiên đều hiện hữu để cho mọi chúng sinh khác tận hưởng và sử dụng, thế nên toàn bộ cuộc sống và sự hiện hữu của bản thân ta nhất thiết cũng phải sẵn sàng để phụng sự tất cả chúng sinh. Chỉ khi nào bắt đầu suy nghĩ theo cách như thế, ta mới có thể phát triển được ý tưởng mạnh mẽ rằng "Tôi sẽ cống hiến trọn cuộc đời của mình vì lợi ích của mọi chúng sinh khác. Tôi tồn tại chỉ duy nhất là để phụng sự tất cả chúng sinh."

Những tình cảm mạnh mẽ như thế tự chúng sẽ biểu lộ ra bên ngoài thành những hành động làm lợi ích cho chúng sinh hữu tình, và trong tiến trình [phụng sự] đó, những nhu cầu của riêng ta được đáp ứng trọn vẹn. Ngược lại, nếu ta sống trọn đời với sự thúc đẩy của tâm ích kỷ, cuối cùng rồi ta cũng không thể đạt được ngay cả những khát khao ích kỷ của riêng ta, huống chi là mang lại hạnh phúc cho người khác.

Nếu như xưa kia đức Phật Thích-ca Mâu-ni, vị Phật có thật trong lịch sử mà ta tôn kính, từng duy trì tâm ích kỷ như chúng ta, hẳn là giờ đây ta sẽ đối xử với ngài cũng giống như cách mà chúng ta đang đối xử với nhau và sẽ nói ra [những lời thô lỗ] như: *"Thôi im đi. Câm miệng đi."* Nhưng sự thật không phải vậy. Vì đức Phật Thích-ca Mâu-ni đã chọn con đường từ bỏ tâm ích kỷ và yêu thương phụng sự người khác, nên [giờ đây] ta xem ngài là đối tượng của lòng tôn kính.

Đức Phật Thích-ca Mâu-ni và những bậc đạo sư Ấn Độ nổi tiếng như Long Thụ và Vô Trước, cũng như các bậc thầy Tây Tạng kiệt xuất trong quá khứ, tất cả đều đã đạt đến giác ngộ nhờ vào kết quả của sự đảo ngược khuynh hướng căn bản nhất đối với chính bản thân các ngài và người khác. Các ngài đã quy y. Các ngài hướng đến hạnh phúc của mọi chúng sinh hữu tình. Các ngài nhận ra rằng tâm ích kỷ và chấp ngã là những kẻ thù luôn đi đôi với nhau, là nguồn gốc của mọi điều bất thiện. Các ngài nỗ lực chống lại hai thế lực xấu xa này và loại bỏ được chúng. Nhờ vào kết quả tu tập đó mà giờ đây các bậc thầy vĩ đại này đã trở thành đối tượng của sự kính ngưỡng và noi theo. Ta nhất thiết phải noi gương các ngài và nỗ lực để nhận ra rằng tâm ích kỷ và chấp ngã là những đối nghịch cần phải loại trừ.

Vì vậy, trong lúc khởi lên những tư tưởng như trên và suy ngẫm về chúng, ta lặp lại ba lần ba bài kệ dưới đây:

Với tâm nguyện giải thoát cho tất cả chúng sinh
Con nguyện quy y Phật, Pháp, Tăng,
Từ nay và mãi mãi về sau.

Cho đến khi con đạt được Giác ngộ viên mãn.
Thôi thúc bởi trí tuệ và lòng bi mẫn,
Hôm nay con đối trước Như Lai,
Nguyện phát tâm cầu đạo Bồ-đề,
Vì lợi ích của tất cả chúng sinh.

Bao lâu còn đó hư không,
Sinh linh cam chịu trong vòng khổ đau,
Nguyện rằng con vẫn còn đây,
Tận trừ đau khổ đến ngày sáng tươi.

Những điều nói trên hợp thành nghi thức phát khởi tâm nguyện vị tha mong cầu giác ngộ, hay phát tâm Bồ-đề. Ta nên suy ngẫm ý nghĩa của những bài kệ này hằng ngày, hoặc bất cứ khi nào có thời gian. Tôi đã thực hiện như vậy và thấy rằng đây là điều rất quan trọng trong sự tu tập của tôi.

Xin cảm ơn tất cả quý vị.

LỜI BẠT
CỦA KHYONGLA RATO VÀ RICHARD GERE

Tháng 8 năm 1991, Trung tâm Tây Tạng cùng với Tổ Chức Gere hết sức vinh dự được đón tiếp Đức Đạt-lai Lạt-ma đến thành phố New York để thuyết pháp trong hai tuần. Các buổi thuyết pháp diễn ra tại Madison Square Garden[1] và kết thúc với lễ quán đảnh Kalachakra (Thời Luân), một trong những nghi lễ quan trọng nhất của Phật Giáo Tây Tạng.

Kalachakra (Thời Luân) có nghĩa là "bánh xe thời gian". Và bánh xe thời gian tiếp tục xoay chuyển, cho đến mùa xuân năm 1997, khi đang ở Ấn Độ, chúng tôi đã cung thỉnh đức Đạt-lai Lạt-ma quay lại New York để kỷ niệm buổi lễ quán đảnh hồi năm 1991. Ngài đồng ý ngay lập tức, và thời điểm viếng thăm được xác định, mặc dù chưa một chủ đề cụ thể nào được chọn trước cho sự thuyết giảng của ngài.

Chúng tôi gặp lại ngài một năm sau đó. Vào lúc này, có rất nhiều bàn luận về chủ đề mà ngài sẽ thuyết giảng. Lúc đầu, chúng tôi đã thỉnh cầu ngài dạy về *tánh Không*, chủ đề sâu xa và khó hiểu nhất trong triết học Phật giáo. Tuy nhiên, sau khi cân nhắc kỹ hơn, chúng tôi thấy rằng nếu chọn một phần giáo pháp thông dụng hơn, có thể mang lại một cái nhìn tổng quát về con đường tu tập của đạo Phật, nhưng đồng thời cũng có thể tiếp nhận được đối với những người thuộc các

---

[1] Madison Square Garden là một tòa nhà lớn, đúng hơn là một sân vận động trong nhà, với nhiều kiến trúc liên hợp phục vụ nhiều mục đích khác nhau như thi đấu quyền Anh, hockey, nhà hát...

tôn giáo khác, thì sẽ mang lại nhiều lợi ích hơn. Đức Đạt-lai Lạt-ma thấy rằng thính chúng sẽ được lợi ích nhiều với giáo pháp về Bồ Tát hạnh, nên ngài đã chọn kết hợp giảng về [hai tác phẩm] *Các giai đoạn thiền định* của ngài Liên Hoa Giới (Kamalashila) và *Ba mươi bảy Pháp hành Bồ Tát đạo* của ngài Togmay Sangpo.

Pháp hội kéo dài ba ngày được tổ chức tại Nhà hát Beacon ở khu Upper West Side của Manhattan, với 3.000 người tham dự.[1] Vì lòng tôn kính đối với Giáo pháp mà ngài đang truyền dạy, đức Đạt-lai Lạt-ma đã an tọa trên một ngai cao khi thuyết pháp. Nhiều người trong số cử tọa đã phủ phục theo cách lễ lạy truyền thống và có những lễ cúng dường tiêu biểu như một phần của nghi lễ thỉnh Pháp chính thức.

Tiếp theo sau ba ngày thuyết pháp tại Nhà Hát Beacon, đức Đạt-lai Lạt-ma đã có một buổi nói chuyện mở rộng hơn và cũng mang tính thân mật hơn với công chúng tại Central Park.[2] Việc tổ chức sự kiện này tỏ ra là một công việc cực kỳ khó khăn và đầy thách thức, cần phải có sự phối hợp của các quan chức, nhân viên thành phố, tiểu bang và liên bang nhiều vô kể. Hàng trăm tình nguyện viên đã hiến mình phục vụ vô vị lợi.

Cuối cùng, buổi nói chuyện của ngài vào sáng Chủ nhật cũng đến. Chúng tôi khá hồi hộp lái xe đưa ngài từ khách sạn đến East Meadow, chỉ vừa qua khỏi Đại lộ Số Năm và đường Số 98, là nơi ngài sẽ được đưa vào Central Park. Ngài hỏi có bao nhiêu người theo dự tính. Chúng tôi trả lời rằng, chúng tôi sẽ rất vui nếu được khoảng 15.000 đến 20.000 người, nhưng chúng tôi hoàn toàn không biết chắc được.

---

[1] Nhà hát Beacon (Beacon Theatre) được thiết kế với sức chứa 2.829 chỗ ngồi. Số thính giả lên đến 3.000 người cho thấy đã vượt quá sức chứa thông thường của nhà hát này.

[2] Đây là một công viên hết sức rộng lớn ở New York, chiếm 341 ha, với chiều dài 4 km và chiều ngang khoảng 800 m.

LỜI BẠT

Khi chạy dọc theo Đại lộ Madison để hướng đến nơi tổ chức buổi tiếp xúc, chúng tôi hết sức lo lắng nhìn ra hai bên đường để xem có dấu hiệu gì của người đi tham dự hay không. Khi đến đường Số 86, chúng tôi bắt đầu nhìn thấy hai bên lề đường đông đúc và mọi người đang đi về hướng công viên.

Chúng tôi đưa ngài vào căn lều chờ phía sau khán đài và hé nhìn qua tấm màn che. Chúng tôi choáng người khi nhìn thấy toàn cảnh khu East Meadow đã đông nghẹt vượt ngoài sức chứa. Đó là một cảnh tượng thật đẹp và cảm động. Sau đó, chúng tôi được biết là đã có hơn 200.000 người quy tụ về đây một cách an ổn. Toàn bộ khu vực ngập tràn một bầu không khí hạnh phúc. Cơn mưa rơi trước đó đã ngừng hẳn. Với một hệ thống âm thanh rất quy mô và màn hình lớn sẵn sàng phóng chiếu hình ảnh thuyết giảng của ngài đến với đám đông khổng lồ, đức Đạt-lai Lạt-ma đã bước lên khán đài được trang trí rất nhiều hoa và một chiếc ghế gỗ duy nhất đặt ở trung tâm.

Ngài đã chọn nói bằng tiếng Anh. Bằng phong cách giản dị của mình, ngài đã khơi dậy thiện tâm và khuyến khích những người hiện diện ở đó thực hành các thiện nghiệp. Chắc chắn, nhiều người trong số đó đã phát tâm Bồ-đề, niềm khao khát đạt đến giác ngộ viên mãn để giúp đỡ những người khác. Chúng ta có thể hình dung rằng, khi trở về nhà, tất cả những người tham dự sẽ chia sẻ kinh nghiệm với gia đình và bạn bè, và qua đó sẽ khơi dậy thậm chí còn nhiều hơn nữa những tư tưởng và hành vi hiền thiện. Còn có những người khác đọc biết về sự kiện này hoặc xem trên truyền hình. Do đó, có hàng triệu người đã phát khởi tâm tưởng tốt lành nhờ vào buổi sáng ở Central Park hôm ấy.

Theo niềm tin của đạo Phật, có vô số chư Phật và Bồ Tát đã chứng minh cho những tâm niệm hiền thiện được phát khởi bởi tất cả những người có mặt tại Central Park. Chúng tôi tin rằng chư Phật và Bồ Tát trong mười phương cũng sẽ chú nguyện cho những tâm niệm hiền thiện này không tan biến đi và tất cả những chúng sinh đã phát tâm ấy sẽ tiến triển trên con đường tâm linh của họ.

Khi đức Đạt-lai Lạt-ma hoàn tất buổi thuyết giảng, chúng tôi đã cầu nguyện rằng, nhờ công đức của sự kiện này, đức Phật Di-lặc (Maitreya) trong tương lai sẽ đản sinh và thị hiện sự giác ngộ của ngài. Chúng tôi cũng cầu nguyện cho tri thức của tất cả những người hiện diện nơi đây sẽ đơm hoa thành trí tuệ giải thoát và tất cả nhu cầu của họ đều được thỏa mãn. Chúng tôi cầu nguyện rằng đức Phật Di-lặc (Maitreya) sẽ rất hài lòng, và ngài sẽ đặt tay phải lên đỉnh đầu từng người một để thọ ký về sự giác ngộ rốt ráo của người ấy.

Khi chúng tôi lái xe ra khỏi công viên Central, ngài cảm ơn chúng tôi đã tổ chức sự kiện này, và về phần mình, chúng tôi cũng bày tỏ lòng biết ơn đối với ngài...

... Chủ đề buổi thuyết giảng của ngài, tác phẩm *Tám bài kệ điều tâm*, là một pháp tu tập rất cao trong đạo Phật. Theo truyền thống, một giáo pháp thuộc loại này thường không được truyền dạy công khai, và chắc chắn là không truyền dạy cho một thính chúng quá đông như thế. Chúng tôi thật quá sức vui mừng khi có nhiều người đã đến lắng nghe, mặc dù chúng tôi nhận ra rằng giáo pháp được giảng là rất hàm súc và hết sức khó hiểu. Liệu có bao nhiêu người trong chúng ta có thể thực hiện những lời dạy trí tuệ của ngài?

Một lưu ý đặc biệt cần phải đưa ra ở đây là nỗ lực của ngài Rato Geshe Nicholas Vreeland trong việc biên tập những lời giảng của đức Đạt-lai Lạt-ma trong ba ngày thuyết pháp tại Nhà hát Beacon và buổi nói chuyện tại Central Park [để in thành sách này]. Rất nhiều trong số những lời giảng này là rất cao siêu, một số vượt ngoài tầm hiểu biết của phần lớn thính chúng. Khi thảo luận về những khó khăn thực có này, ngài đã bảo Nicholas "hãy làm theo cảm nhận của ông, nhưng phải luôn ghi nhớ là không được làm sai lệch tính chất sâu xa và thuần khiết của giáo pháp". Ngài Nicholas đã thành công rất sinh động. Giá trị của cuốn sách này chính là của ngài.

Nhưng quan trọng hơn hết, chúng tôi xin cảm tạ đức Đạt-lai Lạt-ma đã tiếp tục truyền dạy những giáo pháp quý báu này. Nguyện cho cuốn sách này sẽ giúp thuần hóa và rộng mở tâm hồn cho tất cả chúng sinh!

MỤC LỤC

Lời Nói Đầu 5
Dẫn Nhập 11
Chương I: Khát Khao Niềm Hạnh Phúc 29
    Giới Hạnh Và Sự Hiểu Biết 32
    Quy Y Tam Bảo 34
    Vượt Thoát Luân Hồi 36
    Thiện Tri Thức Và Sự Dẫn Dắt Tâm Linh 38

Chương II: Thiền Tập - Bước Khởi Đầu 41
    Trở Nên Quen Thuộc
    Với Đối Tượng Đã Chọn 44
    Pháp Thiền Quán Chiếu (Thiền Quán) 46
    Pháp Thiền Định Tâm (Thiền Chỉ) 47

Chương III: Thế Giới Vật Chất
Và Phi Vật Chất 49
Chương IV: Nghiệp Quả 55
Chương V: Phiền Não 63
    Kẻ Thù Nguy Hại Nhất 65

Chương VI: Hai Khía Cạnh Của
Con Đường Tu Tập 69
Chương VII: Lòng Bi Mẫn 73
    Sự Cảm Thông 73
    Nhận Ra Khổ Đau Của Người Khác 75
    Lòng Từ Ái 77

Chương VIII: Từ Bi Quán..................................... **79**
Lòng Bi Mẫn Và Tánh Không 79
Quán Từ Bi Như Thế Nào? 80
Tâm Đại Bi.. 81

Chương IX: Nuôi Dưỡng Tâm An Định **85**
Thiền Quán Để An Định 90

Chương X: Tâm Bồ-Đề... **91**
Bảy Suy Niệm Theo Nhân Quả
Làm Sinh Khởi Tâm Bồ-Đề................................. 91
Hoán Chuyển Vị Trí Của Chính Mình
Với Người Khác 94

Chương XI: Sự An Định... **97**
Hai Cấp Độ Của Tâm Thức 102

Chương XII: Chín Giai Đoạn Thiền Định **105**
Giai Đoạn Đầu Tiên 105
Giai Đoạn Thứ Hai 105
Giai Đoạn Thứ Ba 105
Giai Đoạn Thứ Tư 106
Giai Đoạn Thứ Năm 106
Giai Đoạn Thứ Sáu 106
Giai Đoạn Thứ Bảy 106
Giai Đoạn Thứ Tám 107
Giai Đoạn Thứ Chín 107

Chương XIII: Trí Tuệ **109**
Bản Ngã 109
Bản Ngã Và Phiền Não 111

Vô Ngã Của Vạn Pháp 112
  Tánh Không Và Duyên Khởi 113
  Quán Chiếu Về Tánh Không 114
  Bồ Tát Địa 116

Chương XIV: Quả Phật 119

Chương XV: Phát Tâm Bồ-Đề 125
  Thực Hành Thất Chi Nguyện 126

Lời Bạt Của Khyongla Rato Và Richard Gere............... 133

141

Lời thưa

Trong kinh Pháp Cú, đức Phật dạy rằng: "Pháp thí thắng mọi thí." Thực hành Pháp thí là chia sẻ, truyền rộng lời Phật dạy đến với mọi người. Mỗi người Phật tử đều có thể tùy theo khả năng để thực hành Pháp thí bằng những cách thức như sau:

1. Cố gắng học hiểu và thực hành những lời Phật dạy. Tự mình học hiểu càng sâu rộng thì việc chia sẻ, bố thí Pháp càng có hiệu quả lớn lao hơn. Nên nhớ rằng **việc đọc sách còn quan trọng hơn cả việc mua sách.**

2. Phải trân quý kinh điển, sách vở in ấn lời Phật dạy. Khi có điều kiện thì mua, thỉnh về nhà để tự mình và người trong gia đình đều có điều kiện học hỏi làm theo. Không nên giữ làm của riêng mà phải sẵn lòng chia sẻ, truyền rộng, khuyến khích nhiều người khác cùng đọc và học theo. Không nên để kinh sách nằm yên đóng bụi trên kệ sách, vì **kinh sách không có người đọc thì không thể mang lại lợi ích.**

3. Tùy theo khả năng mà đóng góp tài vật, công sức để hỗ trợ cho những người làm công việc biên soạn, dịch thuật, in ấn, lưu hành kinh sách, **để ngày càng có thêm nhiều kinh sách quý được in ấn, lưu hành.**

Thông thường, việc chi tiêu một số tiền nhỏ không thể mang lại lợi ích lớn, nhưng nếu sử dụng vào việc giúp lưu hành kinh sách thì lợi ích sẽ lớn lao không thể suy lường. Đó là vì đã giúp cho nhiều người có thể hiểu và làm theo lời Phật dạy. Mong sao quý Phật tử khắp nơi đều lưu tâm đóng góp sức mình vào những việc như trên.

TINH YẾU THỰC HÀNH PHÁP THÍ

- *Mua thỉnh kinh sách về đọc, tự mình sẽ được rất nhiều lợi ích.*

- *Chia sẻ, truyền rộng bằng cách cho mượn, biếu tặng kinh sách đến nhiều người thì lợi ích ấy càng tăng thêm gấp nhiều lần.*

- *Đóng góp công sức, tài vật để hỗ trợ công việc biên soạn, dịch thuật, giảng giải, in ấn, lưu hành kinh sách thì công đức lớn lao không thể suy lường, vì có vô số người sẽ được lợi ích từ việc lưu hành kinh sách.*

www.ingramcontent.com/pod-product-compliance
Lightning Source LLC
LaVergne TN
LVHW011714060526
838200LV00051B/2907